# மலர்ப்பித்து

முனைவர் **லோகமாதேவி**

வெளியீடு

அகநி வெளியீட்டு வரிசை எண்: 222
ISBN : 978-93-93866-62-2

மலர்ப்பித்து
© முனைவர் லோகமாதேவி

| | |
|---|---|
| முதல் பதிப்பு | : நவம்பர் - 2024 |
| பக்கம் | : 160 |
| அட்டை வடிவமைப்பு | : லார்க் பாஸ்கரன் |
| அச்சாக்கம் | : அடையாறு மாணவர் நகலகம், சென்னை-5 |
| வெளியீடு | : அகநி வெளியீடு, 7/22, சி.ஆர்.ஆர்.புரம், எல்&டி காலனி விருகம்பாக்கம், சென்னை-600 092 பேசி: 98426 37637 / 94443 60421 மின்னஞ்சல் : akaniveliyeedu@gmail.com |

விலை: ரூ.220

# முனைவர் லோகமாதேவி

❖

**தா**வரவியல் துறைசார் எழுத்தாளர் மற்றும் கட்டுரையாளர். தாவரவியல் தொடர்பான புத்தகங்கள் எழுதியுள்ளார்.

விஞ்ஞான் பிரசார் வெளியீடான தாவர உலகம், விஷ்ணுபுரம் வெளீயீடான ஸாகே போதையின் கதை, அகநி வெளியீடான விலக்கப்பட்ட கனி, முத்தச் சிறுகிளை மற்றும் நியூ செஞ்சுரி புக் ஹவுஸ் வெளியிட்டுள்ள மரியா சிபில்லா ஆகியவை முக்கியமான படைப்புகள். தொடர்ந்து தாவரவியல் இலக்கியம் சார்ந்த கட்டுரைகளை இலக்கிய, மற்றும் வெகுஜன நாளிழ்களில் எழுதி வருகிறார். துறைசார் ஆங்கில நூல்களை மொழியாக்கம் செய்து கொண்டிருக்கிறார்.

தமிழ் விக்கி இணையக் கலைக்களஞ்சியத்தின் தமிழ்ப் பக்கத்தின் திருத்துனர். அரிஸோனா பல்கலைக்கழக வலைத்தளத்தில் அறிவியல் தகவல்களைத் தமிழில் மொழிமாற்றம் செய்யும் பணியில் மூன்று ஆண்டுகள் ஈடுபட்டுள்ளார். தற்போது தமிழில் தாவரவியல் அகராதியை உருவாக்கும் முயற்சியிலும், அந்தியூர் வனப்பகுதி பழங்குடியினரான சோளகர்களின் தாவரவியல் தொடர்புகள் குறித்த ஆய்விலும் ஈடுபட்டுள்ளார்.

## இந்நூல்...

என் பிரியத்துக்குரிய
சாரதா என்கிற
அபிதகுஜலாம்பாளுக்கு!

## தமிழில் அறிவியல் நூல்களுக்கான தொடக்கம்

**எம்.கோபாலகிருஷ்ணன்**

அறிவியல் என்று சொன்னதுமே நம் மனத்துள் எழும் எண்ணம் அதுவொரு பாடப்பிரிவு என்பதுதான். நம் அன்றாட வாழ்வையும் அறிவியலையும் பிரிக்க முடியாது என்ற எளிய உண்மையை உணர்வதில்லை. நாம் வாழும் இவ்வுலகின் ஒவ்வொரு நொடியும் ஒவ்வொரு செயலும் அறிவியலுடன் தொடர்புள்ளவைதான்.

அறிவியலை அனைவருக்கும் எளிமையான முறையில் அறிமுகப்படுத்தும் குறிப்பிடும்படியான நூல்கள் தமிழில் இல்லை. நம் மண்ணில் உள்ள தாவரங்கள், மரங்கள், செடிகள், கொடிகள், காய் கனிகள், பூக்கள் பற்றிய எளிய அறிமுக நூல்கள் எழுதப்படவில்லை. இவை யாவும் அந்தந்த விஞ்ஞானத் துறைக்கான வேலை என்றும் அவ்வாறு எழுதப்படுபவை அனைத்தும் அறிவியல் நூல்கள் என்றும் பொதுவான ஓர் எண்ணம் நம்மிடையே இருப்பதும் காரணமாக இருக்கலாம்.

முனைவர் லோகமாதேவியின் மலர்ப்பித்து தொகுப்பில் உள்ள கட்டுரைகளை வாசித்த சமயத்தில் தாவரங்களைக் குறித்த நூல்களைப் பற்றித் தெரிந்துகொள்ளும் எண்ணத்தில் இணையத்தில் தேடியபோது சில செய்திகளைப் பார்க்க முடிந்தது. இந்திய தாவரவியல் ஆய்வு (Botanical Survey of India) தமிழகத்திலுள்ள தாவரங்களைப் பற்றி 2014-ஆம் ஆண்டு வரை வெளிவந்திருக்கும் நூல்களையும் ஆராய்ச்சிக் கட்டுரை களையும் கொண்ட ஒரு பட்டியலை வெளியிட்டுள்ளது. அந்தப் பட்டியலில் 1482 நூல்கள், ஆராய்ச்சிக் கட்டுரைகள் இடம் பெற்றுள்ளன. காலத்தால் மிக முந்தைய நூலாக இருப்பது 1861-ஆம் ஆண்டு வெளியாகியுள்ளது. இந்தப் பட்டியலில் இருந்த தலைப்புகள் சில கவனிக்கத்தக்கவையாக இருந்தன. 'மருதமலை மூலிகைத் தாவரங்கள்', 'ஆனைமலைத் தாவரங்கள்',

'சிறுவாணி வனத்திலுள்ள மடுகர்களின் மூலிகை மருந்துகள்' போன்றவை.

19-ஆம் நூற்றாண்டின் மத்தியில் மெட்ராஸ் வனத்துறையின் தலைமை அதிகாரியாகப் பணியாற்றிய ரிச்சர்ட் ஹென்றி பெடோம் எழுதியுள்ள நூல்கள் இன்றும் முக்கியமான ஆவணங்களாக விளங்குகின்றன. Contributions of the botany of South India, Trees of Madras presidency, The Flora Sylvatica for Southern India, The forests and flora of Nilgiris, Flora of Nilgiris ஆகிய சில நூல்களை உதாரணங்களாகக் குறிப்பிடலாம்.

தாவரங்களைப் பற்றிய விபரங்களை அறிய தமிழில் எழுதப்பட்டுள்ள நூல்கள் எண்ணிக்கையில் மிகக் குறைவு. இரண்டு நூல்கள் மிக முக்கியமானவை. கு.வி.கிருஷ்ணமூர்த்தி எழுதிய 'தமிழும் தாவரமும்' என்பது ஒன்று. திருச்சி பாரதிதாசன் பல்கலைக்கழகம் இதை வெளியிட்டுள்ளது. அடுத்தது 'சங்க இலக்கியத்தில் தாவரங்கள்' என்ற நூல். கு.சீனிவாசன் எழுதியது. தஞ்சை தமிழ்ப் பல்கலைக்கழக வெளியீடு. இந்த நூல் பல ஆண்டுகளாகப் பதிப்பில் இல்லை. இந்த நூலின் முக்கியத்துவம் குறித்தும் இதைப் பதிப்பிக்க வேண்டிய தேவையைக் குறித்தும் நாஞ்சில்நாடன் தொடர்ந்து வலியுறுத்தி வருகிறார்.

தகவல்களை முறைப்படுத்தி, பதிவு செய்யும் பழக்கம் ஆங்கிலேயர்களிடமும் பிற ஐரோப்பியர்களிடமும் இருந்ததின் பலனாக நம் நாட்டின் பல்வேறு பகுதிகளில் இருந்த உயிர்களைப் பற்றியும் தாவர இனங்களைப் பற்றியும் அவர்கள் விட்டுச் சென்ற ஆவணங்கள் இன்றும் நமக்கு உதவியாக உள்ளன.

இதுவரை தமிழில் வெளிவந்துள்ள சில நல்ல நூல்களும்கூட தனிநபர்களின் ஈடுபாடு காரணமாகவே சாத்தியமாகியுள்ளன. க.ரத்னம் எழுதிய 'தமிழ்நாட்டுப் பறவைக'ளை உதாரணமாகக் குறிப்பிடலாம்.

பொதுச் சூழலைக் குறித்து நம்மிடையே உள்ள இந்த அக்கறையின்மையின் காரணமாக நாம் அன்றாடம் பார்க்கக் கூடிய மரங்களின் செடிகளின் பூக்களின் பெயர்களைச் சொல்லக்கூட நமக்குத் தெரியவில்லை. அதிகபட்சமாக ஒருவர் எத்தனை மரங்களை, செடிகளை, பூக்களை அடையாளம்

காட்ட முடியும் என்று யோசித்துப் பார்த்தால் அபாயகரமான சூழலின் விபரீதம் புரியக்கூடும்.

அடுத்த தலைமுறைக்கு இயற்கையை விட்டுச் செல்வதைக் குறித்து விழிப்புணர்வுப் பிரச்சாரங்கள் தொடர்ந்து நடைபெறுகின்றன. ஆனால், அந்த இயற்கையை அடையாளங் கண்டு அனுபவிக்கும் உணர்வையும் அதற்கான தகவல் களஞ்சியத்தையும் தொகுத்து வைத்திருக்கிறோமா என்பதையும் யோசிக்க வேண்டும்.

இத்தகைய ஒரு சூழ்நிலையில்தான் லோகமாதேவி எழுதிய 'மலர்ப்பித்து' எனும் இந்த நூல் வெளியாகிறது. லோகமாதேவி தாவரவியல் பேராசிரியை. தாவரவியலின் மீதுள்ள ஈடுபாட்டின் காரணமாகவே அதைத் தேர்ந்தெடுத்துப் படித்து தொடர்ந்து அதில் ஆராய்ச்சிகளைச் செய்து வருபவர். தனது வலைத்தளத்தில் தொடர்ந்து கட்டுரைகளை எழுதி வருபவர்.

பொதுவாக துறைசார் அறிஞர்கள், பேராசிரியர்களின் கட்டுரைகள் கல்விப்புலம் சார்ந்த தேவைகளுக்காக, கருத்தரங்குகளுக்காகத் தயார் செய்யப்பட்டு பின் தொகுத்து நூலாக வெளிவருவதே வழக்கம். அவற்றின் கூறுமுறை, மொழி அனைத்துமே துறை சார்ந்தவையாக இருப்பதால் நமது பொது வாசிப்புக்கு உகந்தவையாக இருப்பதில்லை.

விதிவிலக்காக லோகமாதேவியின் கட்டுரைகள் அவ்வாறாக இல்லாமல் மேலான வாசிப்புத்தன்மையைக் கொண்டிருந்தன. தீவிர இலக்கிய வாசிப்பின் பலன் என்று தயங்காமல் குறிப்பிடலாம்.

பூக்களைப் பற்றிய பதினோரு கட்டுரைகளைக் கொண்ட இந்த நூலை வாசித்து முடிக்கும்போது இவை அறிவியல் துறை சார்ந்த கட்டுரைகளாக மட்டுமல்லாமல் பொது வாசிப்புக்கான ஆர்வத்தை ஏற்படுத்தும் பல செய்திகளையும் தகவல்களையும் கொண்டிருப்பதைக் காண முடிந்தது.

ஜப்பானியர்களின் வாழ்க்கையில் பிரிக்க முடியாத அம்சமாக விளங்குபவை மலர்கள். மலர் அலங்காரத்தை ஒரு கலையாகக் கருதும் தன்மையைப் பற்றிய கட்டுரை 'இகபானா'. இகபானா சிறப்பான ஒரு கலையாகவே அணுகப்படுகிறது. இதைக் கற்பதற்கென ஜப்பானில் மூவாயிரம் பள்ளிகள் உள்ளன

என்பதிலிருந்து இதன் முக்கியத்துவத்தை உணர முடியும். அதிலுள்ள பல்வேறு வகைகள், நுட்பங்கள், தனித்தன்மைகள் என அனைத்தையும் இந்தக் கட்டுரை விரிவாகத் தந்துள்ளது.

இந்திய மத்திய வங்கியின் கவர்னர் எண்ம நாணயங்களில் முதலீடு செய்வதைக் குறித்த ஒரு செய்தியாளர் சந்திப்பில் பதினேழாம் நூற்றாண்டில் மிகப் பெரும் பொருளாதாரச் சிக்கலாக அமைந்த 'ட்யூலிப்' மலர்ப்பித்தை எச்சரிக்கைக்கான உதாரணமாகக் காட்டுவதைக் குறிப்பிட்டு தொடங்குகிறது 'மலர்ப்பித்து' கட்டுரை. சமகால நிகழ்வைச் சொல்லி ஒரு கட்டுரையைத் தொடங்கும்போது அது வாசகனை எளிதில் உள்ளிழுத்துக் கொள்ளும் என்பதற்கான உதாரணமாக இதைக் குறிப்பிடலாம். பதினேழாம் நூற்றாண்டில் ட்யூலிப் மலர் சாகுபடி பங்குச் சந்தையையே புரட்டிப் போட்டதை விவரிக்கிறது இக்கட்டுரை.

'காகிதப் பூ' எனப் பொதுவாக எல்லோரும் நன்கறிந்த 'போகன்வில்லா'வுக்கு அவ்வளவாக முக்கியத்துவம் தருவ தில்லை. மணமில்லாதது, பயன்பாடற்றது என்பதால் அதை அவ்வளவாகக் கண்டுகொள்வதில்லை. வேலியோரத்தில் வீட்டு முகப்பில் அது படர்ந்திருக்கும். ஆனால், இந்தக் கட்டுரையைப் படித்த பிறகு 'போகன்வில்லா'வை அப்படி அணுக மாட்டோம். இந்தக் 'காகிதப் பூ'வுக்குப் பின்னாலிருக்கும் ஜீன் பரே Jeanne Baret என்கிற பெண்ணின் சாகசக் கதையை அறிந்த பின் இந்த மலரின் அழகு இன்னும் கூடுதலாகியிருக்கும். பிரமாதமான ஒரு குறுநாவலுக்கான அத்தனை அம்சங்களைக் கொண்டிருக்கிறது இந்த வரலாற்று நிகழ்வு.

இன்றும் நாம் அடிக்கடி நம் அண்டை அயல்களில் இயல்பாக பார்க்க முடிகிற தாவரம் எருக்கு. அன்றாட வாழ்க்கை யிலிருந்து பிரிக்க முடியாத அளவுக்கு மருத்துவப் பயன் பாட்டிலும் வழிபாட்டிலும் இடம் பிடித்துள்ள ஓர் எளிய தாவரம். ஆனால், இதைக் குறித்த அடிப்படைத் தகவல்கள்கூட நமக்குத் தெரியவில்லை என்பதை இந்தக் கட்டுரை நமக்கு உணர்த்துகிறது.

பார்த்தீனியம் நம் நாட்டில் 1810-ஆம் ஆண்டிலிருந்தே உள்ளது என்பதற்கான சான்றுகள் இருந்தபோதும் இது எவ்வளவு விரைவில் தீவிரமாகப் பரவுகிறது என்பதை

நாம் காண நேர்ந்தது 1980-களுக்குப் பிறகுதான். எளிதில் பரவும் இந்தத் தாவரம் நச்சுத் தன்மைகொண்டது. எந்த இடத்திலும் சுலபமாகத் தன்னை ஊன்றிக்கொள்ளக்கூடியது. தாவரவியலாளர்களால் 'ஆக்கிரமிப்புத் தாவரம்' என்று வகைப்படுத்தப்பட்டுள்ள இது உடைகளிலும், இயந்திரங்களைக் கொண்டு வரும் பெட்டிகளிலும், செம்மறி ஆட்டு ரோமங் களிலும் ஒட்டிக் கொண்டு உலகெங்கும் பரவியுள்ளது. உலகிலேயே அதிக அளவு ஆக்கிரமிப்புத் தாவரங்களைக் கொண்ட பிராந்தியங்களில் ஒன்று இந்தியா என்ற செய்தியும் கவனிக்க வேண்டியது.

குங்குமப்பூ என்றதுமே கருவுற்றப் பெண்களின் நினைவே முதலில் எழும். குழந்தைகள் நிறமாகப் பிறக்க வேண்டும் என்பதற்காகப் பாலில் குங்குமப் பூவைக் கலந்து பருக வேண்டும் என்ற வலுவான நம்பிக்கை இன்றும் உள்ளது. இந்த நம்பிக்கையின் அடிப்படையில் நடக்கும் மோசடிகள், வியாபாரங்களைக் குறித்தும் அறிவியல்பூர்வமாக இது சரிதானா என்பதைப் பற்றியும் இக்கட்டுரை விளக்குகிறது.

கட்டுரைகளில் தேவையான இடங்களில் சங்க இலக்கியத்தில் பாடப்பட்டிருக்கும் குறிப்புகளையும் பொருத்தமாகத் தந்திருப்பது வாசிப்புத்தன்மையைச் செறிவுபடுத்தியிருக்கிறது. ஒவ்வொரு கட்டுரையின் இறுதியிலும் அதுதொடர்பான நூல்கள், இணைய தளங்கள் ஆகியவற்றையும் குறிப்பிட்டி ருக்கிறார்.

நம்மைச் சுற்றியுள்ள தாவரங்களையும் உயிர்களையும் குறித்த அடிப்படையான அறிவு நம் குழந்தைகளுக்கும் இளம் தலைமுறையினருக்கும் சென்று சேர இதுபோன்ற நூல்கள் பல எழுதப்பட வேண்டும். லோகமாதேவியின் இந்த நூல் அதற்கு ஒரு தொடக்கமாக அமைகிறது.

## உள்ளே...

1. இகபானா — 11
2. மலர்ப்பித்து — 31
3. எருக்கு — 47
4. கன்னிக்கருவறை பார்த்தீனியம் — 58
5. காகித மலர் – ழான் பாரே — 70
6. குங்குமப்பூவே! — 85
7. நீலச்சிறுமலர் கருவிளை — 95
8. பொன்முத்தம் — 107
9. வெனிலா கல்யாணம் — 116
10. மூங்கில் மிகை மலர்வு — 132
11. நீலக்குறிஞ்சி — 142

# இகபானா மலர்களின் வழி

**உ**லகின் அனைத்துக் கலாசாரங்களிலும் மலர்களின், மலர் வடிவங்களின் தாக்கம் இருக்கிறது. பண்டைய எகிப்திய, ரோமானிய மற்றும் கிரேக்க நாகரிகங்கள் அனைத்திலுமே மலர்கள் அலங்காரத்திற்காகவும், வழிபாட்டிலும், விழாக் களிலும், பிறப்பு முதல் இறப்பு வரையிலான சடங்குகளிலும் பயன்படுத்தப்பட்டன.

உலகெங்கிலும் இன்று மத எல்லைகளைக் கடந்த மலர்களின் பயன்பாடு இருக்கிறது. தெய்வங்களின் மலர் இருக்கைகள், கோவில் கல்தூண்களின் மலர்ச்செதுக்குகள், தென்னிந்தியக் கோலங்களின் மலர் வடிவங்கள், மலர்க்களங்கள், குகை ஓவியங்களின் மலர் வடிவங்கள் எனப் பண்டைய நாகரிகங்களின் மலர்களின் பயன்பாட்டினை குறித்த பற்பல சான்றுகள் உள்ளன. எகிப்திய கல்லறைகளில் பெரும்பாலானவற்றில் மலர்களின் வடிவங்கள் செதுக்கப்பட்டிருக்கின்றன. கி.மு.2 முதல் கி.பி.6–ம் நூற்றாண்டு வரையிலான காலத்தில் பல்வேறு கட்டமாக உருவாக்கப்பட்ட பிரபல அஜந்தா குகை ஓவியங்களில் கைகளில் ஒற்றை மலரொன்றை ஏந்தியிருக்கும் இடை ஒசிந்த ஓவியம் உலகப் பிரசித்தி பெற்றது.

உலக நாகரிகங்கள் அனைத்திலுமே மலர்களின் தாக்கம் இருக்கிறது. எனினும் ஜப்பானியக் கலாசாரத்தின் பிரிக்க முடியாத அங்கமாக மலர் அமைப்புகளும் அவற்றின் பயன்பாடு களும் உள்ளன. மலர்ப் பயன்பாடுகளைத் தவிர்த்துவிட்டு ஜப்பானியப் பண்பாட்டை அறிய முடியாது.

ஹன கொத்தோபா என்பது (hana kotoba) ஜப்பானிய ரகசிய மலர் மொழியைக் குறிக்கும் சொல். அதன்படி ஜப்பானிய மலர் களுக்கு அவற்றின் வண்ணம், அவற்றின் முட்கள், காம்பு, காம்பின் உயரம், மாலைகளில் இணைக்கப்பட்டிருக்கும் மலர் களின் கலவை ஆகியவற்றிற்கான தனித்தனி சங்கேத வார்த்தை கள் இருக்கின்றன.

பிரபல ஜப்பானிய கடவுள் துதி ஒன்று,

"விண்ணும் மண்ணும் மலர்களே
புத்தரும் பிற கடவுளரும் மலர்களே
மனிதனின் இதயமும் ஆன்மாவும் மலர்களே!"

என்னும் வரிகளுடன் துவங்குகிறது.

எப்போதும் நமக்கு மறுபக்கத்தில்தான் செழிப்பு இருக்கிறது என்பதைச் சொல்லும் சொல்லாட்சிகள், முதுமொழிகள் அநேக மாக உலகின் அனைத்துக் கலாசாரங்களிலும் இருக்கின்றன. 'அக்கரைக்கு இக்கரை பச்சை' என்னும் நமது பிரபல முதுமொழியைப்போல ஜப்பானில், 'அடுத்த வீட்டுக்காரனின் தோட்ட மலர்கள் அனைத்தும் சிவப்பு' என்கிறார்கள்.

உலகின் அனைத்துக் கலாசாரங்களைக் காட்டிலும் ஜப்பா னியக் கலாசாரம் இயற்கையுடன் நெருங்கிய தொடர்பைக் கொண்டது. ஜப்பானிய 'ஓரிகாமி' என்னும் காகிதங்களின் மடிப்புகளில் வடிவங்களை உருவாக்கும் கலையில் 'காகிதம்' என்னும் சொல்லுக்கான ஜப்பானியச் சொல்லான 'காமி' என்பதே கடவுளுக்குமான ஜப்பானியச் சொல். இயற்கை யிலிருந்து உருவாகும் காகிதமும் கடவுளே அங்கு.

ஜப்பானிய போன்ஸாய் கலையும் பிரபஞ்சத்தின் மீச்சிறு வடிவை மரங்களில் உருவாக்குவதுதான். 'ஹனா' என்றால் ஜப்பானிய மொழியில் மலர். ஹனாமி (hanami) என்னும் ஜப்பானிய செர்ரி மலர்க்கொண்டாட்டம் உலகப் பிரசித்திப் பெற்றது. ஜப்பானில் பல பெண்களின் பெயரில் ஹனா இருக்கும்.

ஜப்பானியக் கலைகளின் சிறப்புகளில் ஒன்று மிகக்குறைந்த அளவிலேயே பிற நாட்டுக்கலைகளின் சாயல் அவற்றில் இருப்பது. புத்த மதம் அங்கு தோன்றியபோது உருவான இகபானா மலர்க்கலை ஜப்பானின் சிறப்புகளில் ஒன்று. ஜப்பானிய மூன்று முக்கிய நுண்கலைகளில் கொடொ (kōdō) என்னும் வாசனைப் பத்திகளின் வழிபாட்டு உபயோகம், சாடோ(chadō) என்னும் தேநீர்ச் சடங்கிற்கும் அடுத்தபடியாக இகபானா மலரமைப்பு இருக்கிறது.

ஜப்பானிய மொழியில் இகபானா (Ikebana) என்பது மலர்களை அமைப்பது என்று பொருள்படும். -ikeru என்றால்

அமைப்பது -hana என்பது மலர்களைக் குறிக்கும். இச்சொல் 'மலர்களுக்கு உயிரளிக்கும் படி அமைப்பது' என்னும் பொருளில் வழங்கப்படுகிறது. இகபானாவைப் பயில்பவர்கள் 'கடோகா' என அழைக்கப் படுகின்றனர். இகபானா 'கடோ' (kadō) என்றும் அழைக்கப்படு கின்றது. கடோ என்றால் 'மலர்களின் வழி' எனப் பொருள்.

## இகபானாவின் துவக்கம்

அனைத்துப் பருவங்களிலும் மலர்களை ஆராதிப்பது என்னும் வழக்கம் பண்டைய ஜப்பானில் பிரபலமாக இருந்தது.

ஹேயான் (Heian-794–1185) காலத்தைச் சேர்ந்த பிரபல ஜப்பானிய வாகா (Waka) கவிதைத் தொகுப்புகளில் மலர்கள் குறித்த ஏராளமான கவிதைகள் இருக்கின்றன. பௌத்த மதம் அங்கே உருவானபோது புத்தரை மலர்களைக் கொண்டு வழிபடுவது பொதுவான ஒரு கலாசாரமாக உருவானது.

பௌத்த மதம் தோன்றிய இந்தியாவில் தாமரையே மிக அதிகம் பௌத்த வழிபாட்டில் இருந்தது என்றாலும் ஜப்பானில் அந்தந்தப் பருவத்திற்கான மலர்களே வழிபாட்டுக்கென எடுத்துக்கொள்ளப்பட்டன. சீனாவின் பௌத்த துறவிகள் பலவகையான மலர் அமைப்புகளைக் கொண்டு புத்தரை வழிபடும் பாணியை ஜப்பானில் துவங்கினார்கள்.

துவக்கக் காலங்களில் அவர்கள் எந்தக் குறிப்பிட்ட அர்த்தமும் இல்லாமல் பொதுவாக மலர்களை ஆலயங்களில் புத்தர் முன்பு அமைத்து வழிபட்டனர். பின்னர் உருவான கூகெ (kuge) எனப்படும் புத்தருக்கான பிரத்யேக மலர் வழிபாட்டில் மூன்று மலர்க்காம்புகள் நீரிலிருந்து ஒன்றாக இணைந்து நிற்கும்படி அமைக்கப்பட்டிருந்தன. ஷின், சோ மற்றும் ஹிகாயே (shin, soe & hikae) எனப்பட்ட அம்மூன்றும் சொர்க்கம், மனிதன் மற்றும் பூமியை குறித்தன.

தொடர்ந்த காமகுரா காலத்தில் மிட்ஷு குசோக்கு (mitsu-gusoku) எனப்படும் புகையும் வஸ்து, மெழுகுத் திரி மற்றும் அழகாக அமைக்கப்பட்ட மலர்கள், இவற்றைக் கொண்டு வழிபடும் முறை உருவாகி வந்தது. 1392 வரை இம்முறை புழக்கத்தில் இருந்தது. பின்வந்த காலங்களில் பௌத்த சமய திரு நூல்கள் பலவும் மலர்களின் பெயர்கள் கொண்டு

உருவாக்கப்பட்டன. முராமோச்சியின் (1336–1573), காலத்தில் ஆலயங்கள் மற்றும் மடாலயங்களின் உள் அலங்கார அமைப்புகள் உருவானபோது மலர்களின் பயன்பாடு அதிகரித்தது.

முதன்முதலில் நேர்த்தியும் ஒழுங்குமாக நியதிகளுக்கு உட்பட்ட ஒரு மலர்க்கலை தோன்றியது 14-ம் நூற்றாண்டில் ஜப்பானின் ஷின் நோ ஹனா (Shin-no-hana) என்னும் 'மையத்தில் மலர்களை அமைக்கும் கலை' உருவானபோதுதான். பைன் போன்ற ஊசியிலை மரங்களின் சிறு கிளையொன்றைக் கிண்ணங்களில் மையப்பகுதியில் நேராக நிற்கும்படி அமைத்து அதனைச் சுற்றிலும் 3 அல்லது 5 பருவகால மலர்களை அமைக்கும் எளிமையான இந்த மலரமைப்புகளை 14-ம் நூற்றாண்டின் ஜப்பானிய ஓவியங்களில் காண முடியும். இந்தக் கலையில் மரக்கிளைகள் சேய்மையின் இயற்கைக் காட்சியையும், மலர்கள் அண்மை இயற்கைக் காட்சியையும் குறிப்புணர்த்தின.

ஜப்பானிய ராணுவத் தளபதிகளுக்கும், பெரும் செல்வந்தர்களுக்கும் கலை ஆர்வத்தில் உதவவென்றே பிரத்யேக உதவியாளர்களாக டோபோஷுக்கள் (Doboshu) இருந்தனர். இதில் ஒரு சிலர் உருவாக்கிய மலர் அலங்கார வடிவங்களே தத்தேபானா (tatebana) என்னும் மலரமைப்புக் கலையின் முன் வடிவங்கள்.

14-ம் நூற்றாண்டில் சாமுராய்கள் தங்கள் செல்வாக்கையும் அதிகாரத்தையும் வெளிப்படையாகத் தெரிவிக்க நினைத்தார்கள். அப்போது டோகொனோமா (tokonoma) என்னும் சாமுராய்களின் கவச உடைகள், படைக்கலன்களை மலர்களுடன் இணைத்துக் காட்சிப்படுத்தும் வழக்கம் பிரபலமாக இருந்தது. அப்போதைய மலர் அலங்காரங்கள் 'நிற்கும் மலர்கள்' என்று பொருள்படும் தத்தேபானா / தத்தேஹனா (tatebana or tatehana) எனப்பட்டன. இதுவே இகபானாவின் தூய ஆதி வடிவம்.

15-ம் நூற்றாண்டுவரை மிக மெல்ல வளர்ந்த இக்கலை அந்த நூற்றாண்டின் இறுதியில் மீண்டும் புத்துயிர் பெற்று புத்தம் புதிதாக முகிழ்த்தது. தேநீர்ச் சடங்குகள் புகழ்பெறத் தொடங்கிய 15-ம் நூற்றாண்டின் இறுதியில் இக்கலை

மறுமலர்ச்சி அடைந்தது. தேநீர் விருந்து நிகழும் அரங்குகளின் முகப்பு அறைகளில் காக்கமோனோ (kakemono) என்னும் சுருள் துணிச்சித்திரம் மட்டுமே தொங்கவிடப்பட்டிருக்கும், அதனுடன் எளிய மலரமைப்பு ஒன்றும் வைக்கப்பட்டபோது தேநீர் சடங்குகளின் வசீகரம் மேலும் கூடியது.

1436-1490-க்கு இடைப்பட்ட காலத்தைச் சேர்ந்த அஷிகாகா (Ashikaga) வம்சத்தின் எட்டாவது ஷோகனான அஷிகாகா யோஷிமஸா (Ashikaga Yoshimasa) சா நோ யூ (cha-no-you) என்னும் தேநீர்ச் சடங்கையும் இகபானாவையும் இணைத்துச் சாபானா என்னும் கலையாக அழகுபடுத்தியவர் களில் முதன்மையானவர். யோஷிமஸாவின் சமகாலத்தைய இயற்கை ஆர்வலர்கள் பலரும் இந்த மலரமைப்பின் மேம்படுத்துவதில் பெரும் பங்காற்றினார்கள்.

*16*-ம் நூற்றாண்டில் (1477-1561) வழிபாட்டுத்தலங்களிலும் தேநீர் விருந்துகளிலும் பயன்படுவதைக் காட்டிலும் மேலான ஓரிடத்தை இகபானா மலர் அமைப்புகள் அடைந்தன. அச்சமயத்தில் இகபானா ரிக்கா (Rikka) என்றழைக்கப்பட்டது. அதிலிருந்து மாறுபட்ட இகபானாவின் மற்றொரு வடிவமான நாகேரிபனாவும் (nageirebana) ஏக காலத்தில் தோன்றி பிரபல மடைந்தது.

நூற்றாண்டுகளுக்கு இவ்விரண்டு வகை மலரமைப்புகளும் புழக்கத்தில் இருந்தன. ரிக்கா அலங்காரமானதாகவும், நாகேரிபனா மிக எளிமையாக இயற்கையுடன் ஒத்திசைவு கொண்டதாகவும் அமைந்திருந்தன.

தொடர்ந்த காலங்களில் ரிக்காவுடன் போட்டியிட முடியாத நாகேரிபனா வடிவம் தன்னை நிலைநிறுத்திக் கொள்ளப் போராட வேண்டியிருந்தது. பின்னர் மெல்ல மெல்ல அது தனித்த மலர் அலங்காரக்கலையாகப் பிரபலமடைந்தது. *16*–ம் நூற்றாண்டின் இறுதியில் நாகேரிபனாவின் எளிமையும் இயற்கையான அமைப்பும் மக்களால் பெரிதும் விரும்பப்பட்டது. பின்னர் இகபானா ஜப்பானின் பாரம்பரியங்களில் குறிப்பிடத் தக்க கலையானது. ஆண்களும் பெண்களும் எல்லா வயதிலும் இகபானாவைக் கற்றுக்கொள்ள விழைந்தனர். பலநூறு பள்ளிகளும் இகபானாவுக்கென உருவாகின.

*19*–ம் நூற்றாண்டில் இகபானாவில் தேர்ச்சி பெறும் பெண் களுக்குச் சிறந்த கணவர்கள் கிடைப்பார்கள் என்றும் அவர்கள் ஆகச் சிறந்த இல்பேணுநர்களாகவும் அன்னைகளாகவும் ஆவார்கள் என்னும் நம்பிக்கையும் இருந்தது.

**இகபானா நூல்கள்**

கெனெயி (Kenei) காலமான *1206*–லிருந்து எடோ (Edo) காலமான 1660-1704 வரை இகபானா குறித்த ஏராளமான நூல்கள் வெளியாகின. அவற்றில் சென்டென்ஸ்போ (Sendensbo) மிக முக்கியமானதாகக் கருதப்படுகிறது. இகபானாவின் அடிப்படை விதிகளை விளக்கும் அந்நூல்களில் அனைத்து வகையான மலரமைப்புகளுக்கும் சித்திரங்களும் இடம் பெற்றிருந்தன. அதைத் தொடர்ந்து இகனோபு (Ikenobu) எழுதிய கண்டென்ஸ்போ (Kandensbo) என்னும் நூலும் இகபானா வளர்ச்சியில் மிக முக்கியமான பங்களித்தது. கண்டென்ஸ் போவில் இகபானாவின் விதிகளும் குறிக்கோள்களும் தெளிவாக விவரிக்கப்பட்டிருந்தன. அதன்பிறகு இகபானா மலர் அலங்காரம் வெகுவாகப் புகழ்பெற்றது.

*17*–ம் நூற்றாண்டில், மரப்பொருட்கள் மற்றும் உலோகப் பொருட்கள்மீது பளபளப்பான வண்ணப்பூச்சுகள் பூசும் லாகர் (Lacquer) கலையில் தேர்ந்தவரான கொரின் (Korin) இகபானா

வடிவில் பெரும் தாக்கத்தை உண்டாக்கினார். அவரது ஈடு பாட்டினால் இகபானா மலர் அமைப்புகள் வைக்கப்படும் கிண்ணங்கள் தட்டுகள் மற்றும் கொள்கலன்களில் பல அழகிய வடிவங்களும் வண்ணங்களும் உருவாக்கப்பட்டு, இகபானா அதன் அழகின் உச்சத்தில் இருந்தது. அந்தக் காலகட்டத்தில் இகபானாவைப் பல்லாயிரக்கணக்கானோர் கற்றுத்தேர்ந்தனர். இகபானா வடிவம் முழுமையடைந்ததும் அப்போதுதான்.

17-ம் நூற்றாண்டின் இறுதியில் இகபானாவின் இரு பிரபல வடிவங்களில் ஒன்றும், மிக அலங்காரமான மலர் அமைப்பு முறையுமான ரிக்காவின் மீதான விலக்கமும் உருவாகி இருந்தது. அப்போதிலிருந்து நாகேரிபனா வகையே இகபானா அமைப்புகளுக்குப் பயன்படுகிறது. (இவ்விரு கலை களையும் பயிற்றுவிக்கும் கலைஞர்களும், இவற்றைக் கற்க விரும்பும் மாணவர்களும் இன்னும் இருக்கிறார்கள்.) இதன் பிறகு இகபானா கலை உச்சத்தை நோக்கிப் பயணிக்கத் தொடங்கியது.

18-ம் நூற்றாண்டின் இறுதியில் ரிக்காவிற்கும் நாஜெயிரிக்கும் இடையேயான ஒரு கலப்பு வகையான செயிக்கா (Seika) உரு வானது. செயிக்கா என்றால் புத்தம் புதிய மலரென்று பொருள். செயிக்கா சமச்சீரற்ற முக்கோண அமைப்பில் இருக்கும்.

ஜென் மற்றும் இகபானா

ஜென் மார்க்கத்திற்கும் இகபானாவிற்கும் இருக்கும் ஒற்றுமைகளாக;

- சமநிலை, எளிமை மற்றும் ஒத்திசைவு
- இயற்கையுடனான நெருக்கம்
- பருவ காலத்தை அறிந்திருத்தல்
- அன்றாடங்களின் எளிய அழகை ஆராதித்தல்
- மா (ma) எனப்படும் காலி இடங்களைக் கண்டுகொண்டு அதையும் ஆராதித்தல். (இகபானாவில் மலர்கள் அமைந்திராத வெற்று இடங்களும் உள்ளன.)
- வேற்றுமை பாராட்டாதிருத்தல்
- தன்னை மறத்தல் (இகபானாவில் ஆழ்ந்து காலத்தை மறத்தலுக்கு இது இணையாகச் சொல்லப்படுகின்றது.)

- எதிர்மறையான எண்ணங்களைத் தவிர்த்தல்
- இறையை உணர்தல்
- ஆழ்ந்த அமைதியை உணர்தல்

ஆகியவை சொல்லப்படுகின்றன.

## இகபானா கலவைகள்

இகபானாவின் பல வடிவங்களுக்கும் பல வகையான அடிப்படை கலவைகள் உள்ளன.

சொர்க்கம் (அல்லது மெய்மை), மனிதன், பூமி என்பது போல பூமி, காற்று, நீர், அன்னை, தந்தை, மகவு எனப் பல கலவைகளும் உபயோகிக்கப்படுகின்றன.

## அடிப்படை விதிகள்

தென்மே (Tenmei) காலத்துக்குப் பிறகு இகபானா தனது தூய வடிவத்திலிருந்து சற்று மாறி, செயற்கையான சில இணைவுகளுடன் உருவானது. அந்த வடிவம்தான் இப்போதைய சொர்க்கம், மனிதன் மற்றும் பூமி ஆகிய மூன்றையும் உள்ளடக்கிய இறுதி இகபானா வடிவம்.

இப்போதைய இகபானாவின் மூன்று பள்ளிகளான இகனோபு, என்ஷூ ரியூ மற்றும் மிஷோ ரியூ, (Ike nobu, Enshiu-Ryu, Misho-Ryu) ஆகியவை இந்த விதிகளைத்தான் பின்பற்று கின்றன. இப்போதும் டோக்கியோ மற்றும் கியோட்டோவில் இகபானாவின் பழைய தூய வடிவங்களைக் கோ ரியூ, கோ ஷின் ரியூ (KO- Ryu, Ko Shin- Ryu) என்னும் பெயர்களில் கற்றுக் கொடுப்பவர்கள் இருக்கிறார்கள்.

## இகபானாவின் பிற விதிகள்

மலரமைப்புக்குத் தேவையான பொருட்களைத் தேர்ந்தெடுப் பதில், மலரமைப்பின் வடிவத்தை நிர்ணயிப்பதில் இருளும் ஒளியும், கடவுளும் சாத்தானும், நல்லதும் கெட்டதும் போன்ற இரு எதிரெதிரானவை அவசியம் இருக்க வேண்டும்.

ஒரே வண்ண மலர்கள் அமைக்கப்படுவது துரதிர்ஷ்ட வசமானது எனக் கருதப்படுகின்றது. சிவப்பின் நிறம் இறப்புடன் தொடர்புடையதால் பெரும்பாலும் இகபானாவுக்கு இந்த

நிறம் விரும்பப்படுவதில்லை. மேலும் சிவப்பு நெருப்பின் நிறமாதலாலும் ஜப்பானிய வீடுகள், எடையற்ற எளிதில் தீப்பிடிக்கும்படியான பொருட்களால் கட்டப்படுவதால் அவை இகபானாவில் விரும்பப்படுவதில்லை.

அதுபோலவே ஒற்றைப்படை எண்ணிக்கையில் மலர்களை அமைப்பதும் துரதிர்ஷ்டம் என்று கருதப்படுகிறது. அப்படி ஒற்றைப்படையில் இருக்கும் எதுவும் சமச்சீரான வடிவத்தை அமைக்காது என்பதால் அவ்வகையான அமைப்புகள் இயற்கையின் அம்சமாக இருக்காது. எனவே ஜப்பானின் அனைத்துக் கலை வடிவங்களிலும் ஒற்றைப்படை எண்ணிக்கை பெரும்பாலும் விலக்கப்பட்டிருக்கும்.

**கொள்கலன்கள்**

அடுத்த முக்கிய விதி எந்தக் கொள்கலனில் மலர்கள் அமைக்கப்படுகின்றன என்பதில் இருக்கிறது. ஜப்பானிய இகபானா கொள்கலன்கள் அனைத்தும் திசைகாட்டியைப் போல் நான்கு திசைகளையும் குறிப்பவையாகக் கருதப்படுபவை தான். எந்தத் திசையில் எவற்றை அமைப்பது என்பதைக் குறித்த தளர்வற்ற விதிகள் இகபானாவில் உள்ளன.

இகபானாவின் கொள்கலன்களில் வாயகன்றவை, உயர மானவை, மூங்கில் அல்லது உலோகத்தால் ஆனவையெனப் பல வகைகள் இருக்கின்றன. பெரும்பாலான ஜப்பானியர்கள் இகபானாவை வெண்கல கிண்ணங்களில் அமைக்க விரும்பு கிறார்கள். வெண்கல நிறமே பூமியின் நிறமென அங்கு கருதப் படுகிறது. வெள்ளியும் விருப்பத்துக்கு உரியதாகவே இருக்கிறது. கொள்கலன்களில் மூன்றில் ஒரு பங்கு நீர் நிறைக்கப்பட்டிருக்க வேண்டும்.

**இகபானா மலர்மொழி**

இகபானாவின் எந்த அமைப்பானாலும் நாம் அவற்றின் மலர் மொழியைப் புரிந்துகொள்ளும்படியே அவை அமைக்கப் பட்டிருக்கும். முக்கிய நிகழ்வுகளில், மங்கல நிகழ்ச்சிகளிலும் விருந்தாளிகளின் வருகையின் போதும் மட்டுமல்லாது வீட்டிலிருந்து பயணம் செல்லுகையில், பூட்டிய வீட்டில் இகபானா அமைக்கப்படும். மணமுடித்து தேனிநிலவு செல்லும் தம்பதியர்களின் வீட்டில் நீடித்த, மகிழ்ச்சிகரமான

இல்வாழ்க்கையின் குறியீடாகக் கருதப்படும் வில்லோ மரக்கிளைகள் கொண்ட இகபானா அமைக்கப்பட்டிருக்கும்.

நீண்ட பயணம் செல்வதற்கான இகபானா அமைப்பில் வளைந்து ஒரு வட்டம்போல் அமைக்கப்பட்டிருக்கும் இளந் தண்டுகள் பத்திரமாகப் பயணம் முடிந்து அவர்கள் வீடு திரும்புவதைக் குறிக்கும். புதிய வீடுகளின் புகுமுக விழாவில் பரிசளிக்கப்படும் இகபானாக்களில் எப்போதும் நீரைக் குறிக்கும் தூய வெண்ணிற மலர்கள் அமைந்திருக்கும். கட்டாயமாக வீடுகளில் சிவப்பு நிறம் உபயோகத்தில் இருக்கவே இருக்கக் கூடாது. புதிய சொத்துகள் வாங்கப்படுகையிலும், குழந்தை பிறப்பின் போதும் நீண்ட காலம் வாடாமல் இருக்கும் சாமந்தி போன்ற மலர்கள் அமைக்கப்படுகின்றன. மங்கல நிகழ்வுகளுக்கென இருப்பதுபோல் அமங்கல நிகழ்வுகளுக்கும் தனித்தனி விதிகள் உண்டு.

இறப்பிற்கு உபயோகிக்கப்படும் மலர்வளையங்களில் வெண்ணிற மலர்களும் காய்ந்த குச்சிகளும், வாடிய இலைகளும் அமைக்கப்படும். இகபானா பரிசளிக்கப்படுகையில் எப்போதும் அரும்புகள் மட்டுமே உபயோக்கிக்க வேண்டும். அப்போதுதான் பரிசு பெற்றுக் கொள்பவர்கள் அவற்றின் மலர்தலை கண்டு மகிழ முடியும்.

**இகபானா அமைத்தல்**

இகபானா உருவாக்கத்தின் முதல்படியாகக் குபாரி (kubari) எனப்படும் ஆதாரமான குச்சி நிறுவப்படும். இந்தக் குச்சியின் வடிவம் ஒவ்வொரு பருவத்திற்கும் வேறுபடும். நுனியில் பிளவு படாதவை, இரண்டாகப் பிளவுபட்டவை, மூன்று பிளவு களைக் கொண்டவையென இவை வேறுபட்டிருக்கும். நீரில் கென்ஸான் (kenzan) என்னும் ஊசிகள் அமைக்கப் பட்டிருக்கும் ஒரு மெத்தை போன்ற அமைப்பைக் கொள் கலனில் வைத்து மலர்க்காம்புகள் ஊசிகளில் சொருகி அமைக் கப்படும்.

மலர்களைத்தேர்ந்தெடுக்கையில் ஆதாரவிதியானசொர்க்கம், மனிதன், பூமி என்பதை அவை குறிக்க வேண்டும் என்பதை நினைவில் கொண்டிருக்க வேண்டும். அமைக்கப்பட இருக்கும் வடிவம் வெட்டி எடுத்த மலர்களைக் காட்டுவதாக இல்லா

மல் உயிருள்ள மலர்களைக் காட்டுவதாக இருக்க வேண்டும். இகபானாவின் இறுதி வடிவம், அப்போதைய பருவ காலத்தைக் குறிக்க வேண்டும்.

எந்த நிகழ்வுக்கு இகபானா அமைக்கப்படுகின்றது என்பதைக் கருத்தில்கொண்டு மலர்களையும் உலர்ந்த இலைகளையும் அரும்புகளையும் சரியான இடங்களில் இடம்பெறச் செய்ய வேண்டும். மலர்த்தண்டுகளும் கிளைகளும் கொள்கலத்தின் நீர் மட்டத்துக்கு மேல் 4 அங்குல உயரத்தில் ஒன்றாக இணைத்த பின்னரே மலர்கள் அமைக்கப்படுகின்றன.

கிளைகளும் இலைகளும் ஒன்றையொன்று ஒருபோதும் குறுக்கிடக் கூடாது. அமைக்கப்படும் மலர்களின் பிரத்யேக இயல்பு மறைந்து விடக்கூடாது என்பதில் கவனமாக இருக்க வேண்டும். கிளைகளோ, மலர்களோ, இலைகளோ ஒருபோதும் ஒற்றைப்படை எண்ணிக்கையில் அமைந்துவிடக் கூடாது.

சொர்க்கத்தைக் குறிப்பவை பிறவற்றைவிட உயரமாகவும் மலரமைப்பின் மத்தியிலும் இருக்க வேண்டும். மனிதனை குறிப்பிடும் இரண்டாவது அமைப்பு சொர்க்கத்தின் நீளத்தை விட பாதியைத்தான் கொண்டிருக்க வேண்டும். மூன்றாவதும் மிகச் சிறியதுமான பூமியைக் குறிப்பது, மனிதனுக்கு வைக்கப் பட்டிருக்கும் மலரின் உயரத்தில் பாதி இருக்க வேண்டும்.

மலர்களைத் தேர்ந்தெடுக்கையில் நீண்ட மலர்க்காம்பு உள்ளவற்றையே தேர்ந்தெடுக்க வேண்டும். மேலும் ஒரே திசையில் இருக்கும் இரு கிளைகள் ஒரே நீளம் கொண்டவையாக இருக்கக் கூடாது. ஒன்றை ஒன்று மறைக்கும் இலைகளை இறுதியில் கத்தரித்து நீக்க வேண்டும்.

மலர்களோ, இலைகளோ, கிளைகளோ மற்றவற்றை முழுமை யாகவோ அல்லது அவற்றின் விளிம்புகளை மறைக்கும் படி அமைந்திருக்கக் கூடாது. முழுமையாக அனைத்தையும் அமைத்த பின்னரே தேவையற்றவை எவை என முடிவு செய்ய வேண்டும். இகபானா அமைப்பு மிக மிகப் பொறுமையுடன் செய்யப்படுவது.

அனைத்து இகபானா அமைப்புகளிலும் மனிதனைக் குறிக்கும் முழுமையாக மலர்ந்த மலர்களும், பூமியைக் குறிக்கும் அரும்புகளும், சொர்க்கத்தைக் குறிக்கும் பாதி மலர்ந்த

மலர்களும் கலந்திருக்கும். ஒன்றுக்கு மேற்பட்ட முழுமையாக மலர்ந்த மலர்கள் இருப்பின் ஒன்றை அடுத்து ஒன்று என உயரம் குறைவாக இருக்கும்படி அமைக்கப்படும். ஒவ்வொரு பருவத்திற்கும் ஏற்ற மலர்கள் சரியான இடத்தில் வைக்கப்பட வேண்டும் என்பதும் மாறா விதிகளில் ஒன்று.

கடுங்காற்று வீசும் மார்ச் மாதங்களில், இகபானா அமைப்புகளின் தண்டுகள் காற்றில் வளைந்தவை போல் அமைக்கப்பட்டிருக்கும். கோடைக்காலங்களில் அகலமான நீர் நிரம்பிய தட்டுகளில் மலர்களும் இலைகளும் அமைக்கப்படும்.

இகபானாவில் பைன் மரங்கள் நீளாயுளுக்கும், சாமந்திகள் உயர் குடியினரைக்குறிக்கவும், தாமரை உடல் மற்றும் உள்ளத்தின் தூய்மையையும், பிற பருவகால மலர்கள் அழகையும் வசீகரத்தையும் குறிக்கின்றன. இகபானாவின் மையப்பகுதி புத்தரைக் குறிப்பதாகவும் சில இகபானா பள்ளிகளில் கருதப்படுகிறது. அனைத்து மலர்களின் அருகிலும் இலைகள் இருக்க வேண்டும் என்பது கட்டாயம்.

கோடையில் பசும் இலைகள் மிக அதிகம் இருக்கும்படியும், இலையுதிர் காலத்து அமைப்புகளில் பொன்மஞ்சள் நிறத்தில் பழுத்திருக்கும் இலைகள் ஆங்காங்கே இருக்கும்படியும் இகபானா அமைக்கப்பட்டிருக்கும். இதே விதிகளின்படி தொங்கும் ஜாடிகளிலும் இகபானா அமைக்கப்படுவதுண்டு.

அரிதாக பிரத்யேக காரணங்களின் பேரில் சிறப்பு நிகழ்வு களுக்கான இலைகளின்றி மலர்கள் மட்டுமோ அல்லது மலர்களின்றி இலைகள் மட்டுமோ கொண்டும் இகபானா அமைக்கப்படுவதுண்டு. இலைகளின் சுருளுக்குள் இருக்கும் சிறு பூச்சிகளுடனும், கிழிந்த இலைகளும், அழுகும் கனிகளும் கூட இகபானாவில் அமைக்கப்பட்டு இயற்கையின் அதே காட்சியைப் பிரதிபலிப்பதும் உண்டு.

## இகபானாவின் பால் பேதங்கள்

ஜப்பானியர்கள் பாறைகளில், கற்களில், அருவிகளிலும் கூட பால் வேற்றுமையைக் காண்பவர்கள். மலர்களின் பருவங ்களிலும் கூட இவ்வாறு பால் பேதம் உண்டு. அரும்புகள் பெண், மலர்ந்தவை ஆண், மலர்ந்து வாடியவை மீண்டும் பெண் என ஜப்பானில் கருதப்படுகிறது. இகபானா

அமைப்புகளில் இலைகளின் அடியில் இருக்கும் மலர்ந்த மலர்கள் பெண்மையைக் குறிப்பதாக கருதப்படும் இது (In) இன் எனப்படும். எப்போதும் பெண்மைக்கு இடப்பக்கமே பூமி இருக்க வேண்டும்.

(yo) யோ எனப்படுவது ஆண்மையைக் குறிக்கும், அதற்கு வலப்பக்கம் பூமி இருக்க வேண்டும். இகபானாவில் இலைகளின் பின்புறம் ஆணென்றும் முன்புறம் பெண்ணென்றும் கருதப்படும். இரட்டை இலைகள் இணைந்து அமைந்திருக்கையில் கொள்கலனின் வெளிப்புறத்தை நோக்கி இருப்பது ஆண். உள்நோக்கி இருப்பது பெண்.

இப்படியான இகபானா மலரமைப்பின் இந்தப் பால் வேறுபாடுகளுக்கான நியதிகள் ஜப்பானில் மட்டுமே முறையாக பேணப்படுகின்றன. ஜப்பானுக்கு வெளியேயான இகபானா அமைப்புகளில் இவை தளர்த்தப்பட்டிருக்கும்.

### மலர்கள் வாடாமலிருத்தல்

இகபானாவில் அதிமுக்கியமானது அலங்காரமாக அமைக்கப்பட்டிருக்கும் மலர்கள் வாடாமல் நீண்ட நாட்களுக்கு இருப்பதற்கான ரகசிய வழிமுறைகள்தான். இகபானா ஆசிரியர்கள் பலரும் இதற்கான மருந்துக் கலவை என்ன என்பதை மிக ரகசியமாக வைத்துக்கொண்டு கல்வி கற்று முடித்து பட்டம் வாங்குகையில் மாணவர்களுக்குத் தெரிவிப்பது உண்டு. எப்போதுமே அந்த ரகசியங்களை வெளிப்படுத்தாமல் மரணப்படுக்கையில் இருக்கும்போது மாணவர்களுக்குத் தெரிவிக்கும் ஆசிரியர்களும் உண்டு.

பலவகையான மூலிகை மருந்துகளும், அவற்றின் ரகசிய கலவைகளும் இகபானா மலர்கள் வாடாமல் இருக்க உபயோகப்படுத்தப்படுகின்றன. மலர்கள் வாடாமல் இருக்க மலர்க்காம்பின் அடிப்புறத்தை வேகவைப்பது, எரிப்பது, நீராவியில் காட்டுவது, நசுக்குவது எனப் பல்வேறு ரகசிய வழிமுறைகள் ஒவ்வொரு இகபானா பள்ளியிலும் பிரத்யேகமாக கற்றுக்கொடுக்கப்படுகின்றன. ரசாயனப் பொருட்களும் உபயோகப்படுத்தப்படுகின்றன என்றாலும் மலர்க்காம்புகளை நீருக்கடியில் வைத்து வெட்டுவது இவற்றில் அடிப்படையான ஒன்று. இதுவே இகபானா மலரமைப்புகளை நெடுநாட்கள்

வாடாமல் வைக்கும் இம்முறை மிஸுகிரி (mizugiri) எனப்படு கிறது

**இகபானா பள்ளிகள்**

இகபானா கலைக்கான பள்ளிகள் சுமார் மூன்றாயிரத்துக்கும் அதிகமாக ஜப்பானில் மட்டும் உள்ளன. உலகின் பிற பாகங் களிலும் இகபானா பள்ளிகள் உள்ளன, இவற்றில் மிக பிரபலமானது இகனோபு பள்ளி, அடுத்து ஷோகெட்ஷு பள்ளி.

1. இகனோபு (IKENOBU), கி.பி.700

   ஓனோ நோ இமோகோ (Ono- no- Imoko) வினால் 300 ஆண்டுகளுக்கு முன்பு உருவாக்கப்பட்ட இதுவே இகபானா பள்ளிகளில் மிகப் பழமையானதும் சிறப்பான தாகவும் ஜப்பானில் கருதப்படுகிறது. இதன் முதன்மை ஆசிரியர் எப்போதும் இகனோபு என்றே அழைக்கப் படுவார். இப்பள்ளியின் இப்போதைய ஆசிரியர் 45–வது தலைமுறையைச் சேர்ந்தவர்.

2. ஷோகெட்ஷு (SHOGE TSU) 1171 - 1231

   இப்பள்ளியை உருவாக்கியவர் மையோயி ஷோமின் (Myoye Shomin).

3. ஹிகாஷியாமா பள்ளி (HIGASHIYAMA ) 1436 – 1492

   இது அஷிகாகா யோஷிமஸாவால் தொடங்கப்பட்டது (Ashikaga Yoshimasa).

4. சென்கி கோ ரையூ (SENKE- KO – RYU) 1520

   பிரபல சென் நோ ரிக்யூவால் தொடங்கப்பட்ட பள்ளி (Sen- no- Rikyu )

5. பிஷோ ரையூ (BIS HO- RYU)1545

   கோட்டோ டாய்காக் உனோக் அமியால் துவங்கப்பட்ட (Goto Daigak unok ami) இதுவே பிறவற்றைக் காட்டிலும் ஏராளமான கிளைகளைக் கொண்டிருக்கிறது.

6. கோஷின் ரியூ (Ko-SHIN- RYU) 1600 - 1624

ஷின் டெட்சு சாய் துவங்கியது இப்பள்ளி (Shin- tetsu – sai).

இகபானா கற்றுக் கொள்பவர்களுக்கு முதலில் இயற்கையின் நுண்மையான அழகுகளைக் காணும் பயிற்சி அளிக்கப்படும். மலர்களின் மெய்யான அழகை ஆராதிக்க துவங்குபவர்களே இகபானாவில் இறங்க முடியும்.

கராத்தே பள்ளிகளின் கருப்பு இடுப்புப் பட்டையைப் போலவே இகபானா கல்வியிலும் மதிப்பீட்டு முறைகள் உள்ளன. இகபானா கல்வியில் உயர்ந்தபட்ச மதிப்பீடு என்பது க்யூ (kyu) எனப்படும். க்யூ அடைந்தவர்கள் வெகுகாலம் இகபானா கலையைப் பயிற்றுவிக்கும் தகுதி கொண்டவர்கள் ஆகிறார்கள்.

கத்தரிக்கோலை எப்படிப் பிடிப்பது, குச்சிகளை எப்படி உடைக்காமல் வளைப்பது, மரபை உணர்த்தும் மலர்களைத் தெரிவு செய்வது, சரியான கிண்ணங்களைத் தேர்ந்தெடுப்பது போன்றவற்றிற்கான பயிற்சிகளே இகபானா கல்வியில் பால பாடங்கள். இகபானா மலர்களையும் பிற பொருட்களையும் சூழலுடன் பொருத்திப் பார்த்து அவற்றின் அழகை ஆராதிக்க வும் ஒவ்வொரு பருவத்திற்கான சிறப்புகளை உணரவும் கற்றுக் கொடுக்கப்படுகிறது.

**பாணிகள்**

ரிக்கா

இயற்கையின் அழகைப் போற்றும் பௌத்த சமய வெளிப் பாடாக நிற்கும் பூக்கள் எனப் பொருள்படுகிறது ரிக்கா பாணி. ரிக்கா அண்டத்தில் உள்ளது பிண்டத்திலும் உள்ளது என்னும் கருத்தை விளக்குவதுதான். பிரபஞ்சத்தின் ஒரு துளியை அழகுற இயற்கையின் அங்கங்களைக் கொண்டு அமைப்பதே ரிக்காவின் அடிப்படை. இம்முறையில் மலர்கள் நேராக நிற்கும் படி அமைக்கப்படுகிறது.

நாகேரிபனா

இந்தப் பாணி ‘அப்படியே வீசி எறிவது’ என்னும் பொருளில் இயற்கையின் ஒழுங்கற்றமையில் இருக்கும் நேர்த்தியைச் சொல்கிறது.

## மொரிபானா

'மலர்களை அடுக்குவது' என்று பொருள்படுகிறது மொரி பானா கலை. இதில் சுய்பான் (suiban) எனப்படும் தட்டையான ஆழம் குறைவான அகலமான நீர் கொள்கலன்கள் உபயோகப் படுத்தப்பட்டன. மேலும் இதுவரை மரபாக இகபானாவில் உபயோகப்படுத்தப்பட்டவற்றைக் காட்டிலும் பல புதிய பொருட்களும் இணைந்தன. மொரிபானாவில் நிலக்காட்சி களைப் பிரதிபலிக்கும் ஷாகேய் (shakei) என்னும் அமைப்புகளும் அதிலிருந்து உருவாகியவை.

## செயிக்கா

செயிக்கா என்பது மிக எளிய பாணி. இதில் மூன்று மலர்கள் மட்டும் உபயோகப்படுத்தப்படும்.

## சாபானா

சாபானா என்பது தேநீர் சடங்குகளின்போது அமைக் கப்படும் பிரத்யேக இகபானா அமைப்புகள்.

## நவீன இகபானா

ஏறக்குறைய 600 வருட பழமையான கலையான இகபானா இன்றும் சிறப்பாக ஜப்பானில் திகழ்கிறது. பிரபல ஜப்பானிய கலை வடிவங்களான மாங்கா மற்றும் அனிமேவிலும் இகபானா முக்கிய இடம் பெற்றிருக்கின்றது.

1957-ல் இகபானா என்று ஒரு திரைப்படம் வெளியானது. 2017-ல் வெளியான 'வாளும் மலரும்' என்னும் ஜப்பானிய திரைப்படம் 16-ம் நூற்றாண்டில் இகபானா உருவான வரலாற்றைச் சொல்கிறது. நவீன இகபானாவில் செயற்கைச் சாயங்களில் பல வடிவங்கள் இலைகள்மீது தீட்டப்படுகின்றன. தண்டுகளும் கிளைகளும் வேண்டிய வடிவங்களில் கத்தரிக்கப்படுகின்றன.

1912-ல் இகபானாவின் முதல் நவீனப் பள்ளி அன்ஷின் ஓஹாராவினால் தொடங்கப்பட்டது. இவர் இரண்டு குறிப் பிடத்தக்க மாற்றங்களை இகபானாவில் புகுத்தினார். ஒன்று, மேற்கத்திய மலர்களை இகபானாவில் இணைத்துக் கொள்வது. இரண்டு ஆழம் குறைவான வட்ட வடிவ கொள்கலன்களை

உபயோகிப்பது. இந்த இரு மாற்றங்களினால் இகபானா ஜப்பானின் கூடுதல் பிரியத்துக்குரியதாகிவிட்டிருக்கிறது.

சொகெட்ஸு (Sogetsu) பள்ளி, 1927-ல் சொஃபு டெஷிகா ஹராவால் (Sofu Teshigahara) துவங்கப்பட்டபோது இகபானா சிற்பக் கலைக்கு நிகரான இடத்தைப் பெற்றது. இவரே இதுவரை இகபானாவில் இல்லாதிருந்த, ஆனால் இயற்கையின் அம்சங்களான தூசி, அழுக்கு, பாறைத்துண்டுகள் மற்றும் பாசி களையும் இகபானாவின் அங்கங்களாக்கினார். சொகெட்ஸு பள்ளியின் இகபானா பாணி பிளாஸ்டிக், காகிதம் மற்றும் உலோகங்களையும் இணைத்துக்கொண்டது.

நவீன இகபானா ஆழம் குறைவான கிண்ணங்களில் அமைக் கப்படும் மொரிபானா பாணி மற்றும் உயரமான ஜாடிகளைக் கொண்ட பழைய நாகேரி பாணி ஆகிய இரண்டு பிரிவுகளையும் கொண்டிருக்கிறது. தற்போது இகெனொபு, மொரிபானா (ஓஹாரா) மற்றும் சோகெட்ஸு ஆகிய மூன்று பாணிகளுமே ஜப்பானில் பிரசித்தம்.

20-ம் நூற்றாண்டின் மத்தியப் பகுதியில் இகபானா சர்வதேச மயமானது. எலென் கோர்டொன் ஏலென் (Ellen Gordon Allen) என்னும் ஜப்பானில் தங்கி இகபானா கலையைக் கற்றுக் கொண்ட அமெரிக்கப் பெண், 1956-ல் ஜப்பானின் முக்கிய இகபானா பள்ளிகளை ஒன்றிணைத்து சர்வதேச இகபானா அமைப்பை நிறுவினார். அவரது செயல்நோக்கம் இகபானா மலரமைப்பின் மூலம் தோழமையை உருவாக்குவது 'friends through flowers.' தற்போது இகபானா கலையில் ஈடுபட்டிருக்கும் அனைவருக்குமான மையக்கருத்து என்பது தோழமையே. இகபானாவில் உபயோகப்படுத் தப்படும் பொருட்களுக்கிடையேயும், இக்கலையை கற்றுக்கொள்ளும் மாணவர்களுக்கிடையேயும், ஆசிரியர்களுடனும் தோழமையை உருவாக்குவதே நவீன இகபானாவின் முதன்மை நோக்கமாக இருக்கிறது.

ஜப்பானில் மட்டுமே சுமார் 15 மில்லியன் ஆர்வலர்கள் தற்போது இகபானாவைக் கற்றுக்கொண்டிருக்கின்றனர். இதில் பெரும்பாலோர் பெண்கள். ஜப்பானில் பிரபலமான இகபானா பள்ளி சோஹோ ஆலய வளாகத்தில் இருக்கிறது. இங்கு

ஆசிரியர்கள் மட்டுமே 60,000 பேர். இகபானா கண்காட்சிகளும் போட்டிகளும் வருடாவருடம் நடைபெறும். இதில் ஆகச்சிறந்த இகபானா கலைஞர்கள் போட்டியிடுவார்கள்.

இகபானா இப்போது ஜப்பானின் ஒவ்வொரு முக்கிய விழாக்களிலும் சிறப்பான இடம் பெற்றிருக்கிறது. மார்ச் 3-ம் தேதி கொண்டாடப்படும் இளம்பெண்களுக்கான விழாவான ஹினா மாட்சுரியின் போது (Hina Matsuri) பீச் மரங்களின் சிறு மலர்க் கிளைகளுடன் மலர்களும் பொம்மைகளும் வைத்த இகபானா அலங்காரங்கள் காட்சிப்படுத்தப்படுகின்றன.

அதுபோலவே மார்ச் 5 அன்று கொண்டாடப்படும் ஆண்மைக்கான விழாவில் ஜப்பானிய ஐரிஸ் மலர்கள் இகபானாவில் அமைக்கப்பட்டிருக்கும். ஜூலை 7 அன்று நடைபெறும் டனபாடா (Tanabata) என்னும் நட்சத்திர விழாவில் இகபானாக்கள் மூங்கிலில் அமைக்கப்படும். செப்டம்பரில் ஜப்பானியர்கள் நிலாக்காயும் நிகழ்வான சுகிமி (tsukimi) நடைபெறுகையில் மக்கள் கூடும் இடங்களில் அப்பருவத்தில் செழித்து வளரும் புல் வகையான பம்பஸ் புற்கள் கலந்த இகபானா அமைப்புகள் அமைக்கப்பட்டிருக்கும். நிலவையோ கதிரையோ மழையையோ ஆராதிக்கவும் கவனிக்கவும் நேரமற்ற இப்போதைய அவசர வாழ்க்கையில் இயற்கையையும், அன்றாடங்களின் அழகையும் கவனிக்கக் கற்றுத்தரும் இகபானாவைப் பயிலும் வாய்ப்பில்லையெனினும் இகபானா அலங்காரங்களைக் கவனித்துப் பார்க்கவாவது முயற்சிக்கலாம்.

ஆதாரங்கள், உதவிய கட்டுரைகள்:

1   https://www.ikenobo.jp/english/about/history.html#his02
2.  https://en.wikipedia.org/wiki/Ikebana
3.  https://www.imdb.com/title/tt5493172/
4.  https://archive.ph/20150312114840/http://ikebana-flowers.com/forms-of-ikebana/ இந்த வலைத்தளத்தில் இக்கலையை வீட்டில் இருந்து கற்றுக்கொள்ள உதவும் காணொளிகள் உள்ளன. ikebanahq.org.

இகபானாவின் பல வடிவங்களை காண; Gallery – Ikebanalab

# மலர்ப்பித்து

**2022** பிப்ரவரி மாதம் ரிசர்வ் வங்கியின் பணக்கொள்கை குழுக்கூட்டம் முடிவடைந்த பின் இந்திய ரிசர்வ் வங்கியின் கவர்னர் சக்திகாந்த தாஸ் எண்ம ரூபாய்களில் முதலீடு செய்பவர்கள் தங்கள் சொந்த பொறுப்பில் அதைச் செய்ய வேண்டும் என்றும் அவர்களை எச்சரிக்கை செய்ய வேண்டியது தன் கடமை என்றும் அறிக்கை வெளியிட்டிருந்தார்!

கடந்த சில வருடங்களாக பிட்காயின், எதீரியம், சொலோனா, ஷிபாஇனு, டோஜ் காயின் மேட்டிக், டெதர், டெரா, கார்டோனா போன்ற நுண்ம நாணயங்களிலும், எண்ம நாணயங்களிலும் ஏராளமானோர் பங்கு வர்த்தக முதலீடுகள் செய்து லாபம் அடைந்து வருகின்றனர்.

எனினும் தனியார் எண்ம நாணயங்களில் செய்யப்படும் அதிகப்படியான முதலீடுகள் இந்தியாவின் பருப்பொருளாதாரம் மற்றும் நிதி ஸ்திரத்தன்மைக்கு அச்சுறுத்தலாக இருப்பதாகவும், அவற்றின் சமநிலையைக் குலைத்துவிடும் என்று சொன்ன சக்திகாந்த தாஸ், *17-ம்* நூற்றாண்டின் ஆகப்பெரிய பொருளாதாரச் சிக்கலான ட்யூலிப் மலர் பித்தை (Tulip mania) உதாரணமாக காட்டி அதுபோல மீண்டும் நடந்துவிடக் கூடாது என எச்சரித்திருந்தார்.

இந்த அறிவிப்பு வெளியான சில நொடிகளில் இருந்து ட்யூலிப் மேனியா என்றால் என்னவென்று பல்லாயிரக்கணக்கானோர் தேடுபொறியில் தேடத் தொடங்கினர்.

*17-ம்* நூற்றாண்டில் ட்யூலிப் மலர்களின் அசல் மதிப்பிற் கல்லாது லாபத்தின் பொருட்டு செயற்கையாக உருவாக்கப் பட்ட விலையேற்றத்தால் ட்யூலிப் கிழங்குகளின் பங்கு வர்த்தகச் சந்தை உச்சத்தைத் தொட்டு, திடீரெனச் சரிந்து பல்லாயிரக்கணக்கானோர் நஷ்டமடைந்தனர். உலகின் முதல் ஆவணப்படுத்தப்பட்ட பொருளாதாரச் சிக்கல் இதுவே என

வரலாற்றாய்வாளர்கள் மற்றும் பொருளாதார நிபுணர்களால் குறிப்பிடப்படுகிறது.1634-37-ல் ட்யூலிப் மலர்கள்மீது மக்களுக்கு உண்டான பித்து மிகச் சுவாரஸ்யமானது.

மத்திய ஆசியாவின் காட்டுப்பயிரான ட்யூலிப் செடிகள் துருக்கியில் 1000-மாவது ஆண்டில் இருந்து பயிராக்கப்பட்டன.

ஏறக்குறைய 600 வருடங்கள் ஆட்சிபுரிந்து 1922-ல் முடிவுக்கு வந்த உலகின் மிகப்பெரியதும் சக்தி வாய்ந்த ராஜ்ஜியமான துருக்கியப் பழங்குடியினரின் ஒட்டமான் பேரரசின் (Ottoman Empire, 1299–1922) குறியீடாகவே ட்யூலிப் மலர்கள் இருந்தன.

அரண்மனைத் தோட்டங்களில் மட்டும் பயிராகிக் கொண்டிருந்த ஒட்டமான் அரச வம்சத்தினரின் விருப்பத் துக்குகந்த ட்யூலிப் மலர்ச்செடிகள் மெல்ல மெல்ல நாடெங்கிலும் பரவி வளரத் துவங்கின. ட்யூலிப் மலர்களின் அழகுக்காக அவை மக்களால் பெரிதும் விரும்பப்பட்டன. ஒட்டமான் மன்னரான சுல்தான் இரண்டாம் செலிம் (Sultan selim II), சிரியாவிலிருந்து 50 ஆயிரம் ட்யூலிப் கிழங்குகளைத் தருவித்து நாடெங்கும் அவற்றைப் பயிரிட்டார்.

அப்போது ஒட்டமான் அரசவையில் மிகச் செல்வாக்குடன் இருந்த வியன்னாவின் தூதுவர் ஓகியர் கிஸ்லெய்ன் டி பஸ்பேக் (Ogier Ghiselain de Busbecq), ட்யூலிப்களை மேற்குலகிற்கு அறிமுகம் செய்தார். எழுத்தாளரும் மூலிகை நிபுணருமான இவர், அரிய பொருட்களைச் சேகரிப்பதில் பெரும் ஆர்வம் கொண்டிருந்தார். இவரே 6-ம் நூற்றாண்டை சேர்ந்த டயாஸ்கொரிடஸின் "தி மெட்டீரியா மெடிக்கா" வின்(Pedanius Dioscorides, De materia medica) அசல் பிரதியைத் தேடிக் கண்ட டைந்தவர். இவர் துருக்கியின் ட்யூலிப் மலர்களைப் பெரிதும் ஆராதித்தார்.

துருக்கி மக்களுக்கு ட்யூலிப் மலர்களைத் தலைப்பாகையில் சூடிக்கொள்ளும் வழக்கமிருந்தது. ஒருமுறை பயணத்திலிருக் கையில் வழியில் பலர் ட்யூலிப் மலர்களைத் தலைப்பாகையில் செருகிக் கொண்டிருப்பதைப் பார்த்த ஓகிபர் தலையிலிருக்கும் அம்மலர்களின் பெயரென்ன? என்று கேட்கையில் அவருக்குத் தலைப்பாகையின் பெயரான 'ட்யூலிபா' பதிலாக சொல்லப் பட்டது. அதையே அவர் அம்மலர்களின் பெயராக தவறாக

நினைத்துக் கொண்டார் என்கிறது தாவரவியல் வரலாறு. எனவே ட்யூலிபா என்றே அவர் அம்மலர்களைக் குறிப்பிட்டார். (துருக்கி மொழியில் ட்யூலிபா என்றால் தலைப்பாகை.)

1551-ல் இவர் ட்யூலிப் விதைகளைத் துருக்கியிலிருந்து ஆஸ்திரியாவுக்கு அனுப்பி வைத்தார். பின்னர் ஐரோப்பா வெங்கும் ட்யூலிப் செடிகள் பயிராகத் துவங்கின.

பெல்ஜியத்தின் ஆண்ட்வெர்ப் நகரின் மாபெரும் துறை முகத்துக்கு 1562-ல் ஒட்டோமான் பேரரசின் தலைநகரான கான்ஸ்டண்டினோபிலிலிருந்து சரக்குக் கப்பலில் வந்த ட்யூலிப் கிழங்குகள் ஐரோப்பாவின் ட்யூலிப் தோட்டக்கலை துறையின் வளர்ச்சிக்கு வித்திட்டது.

16-ம் நூற்றாண்டின் மிகப் புகழ்பெற்ற தோட்டக்கலை நிபுணரும், நவீன தாவரவியல் துறையைத் தோற்றுவித்தவரும் ஃப்ரெஞ்ச் தாவரவியலாளருமான கரோலஸ் க்ளூசியஸ் (Carolus Clusius) ஐரோப்பாவில் பல புதிய ட்யூலிப் வகைகளைப் பயிராக்கிய பெருமைக்கு உரியவர். ட்யூலிப் மலர்களின் நிற வேறுபாடு குறித்து ஏராளமான ஆய்வுகளையும் அவர் செய்தார். இன்றைய டச்சு ட்யூலிப் வணிகத்துக்கு அடித்தளமிட்ட கரோலஸ் 'அழகிய தோட்டங்களின் தந்தை' என்றும் அழைக்கப்பட்டார். இவரே உருளைக்கிழங்கையும், வெங்காயத் தாமரையையும் ஐரோப்பாவிற்கு அறிமுகப்படுத்தியவர்.

1573-லிருந்து 1587 வரை வியன்னாவின் பேரரசுக்குரிய பேரரசர் பூங்காவின் (Vienna Imperial Botanical Gardens) இயக்குநராக இருந்த காலத்தில் அங்கு அவரால் வளர்க்கப்பட்ட ட்யூலிப் செடிகளே டச்சு ட்யூலிப் தொழிலை முழுவீச்சில் தொடங்கி வைத்தன.

1590-ல் கரோலஸ் க்ளூசிஸ், லெய்டன் பல்கலைக்கழகத்தில் (University of Leiden) ட்யூலிப் தோட்டத்தை உருவாக்கியபோது தான் துருக்கியிலிருந்து அவரது நெருங்கிய நண்பரான ஓகிபர் கிஸ்லெய்ன் ட்யூலிப் விதைகளை அனுப்பி வைத்திருந்தார். இவர் எழுத்துப்பூர்வமாக 'tulipam' என்று இவற்றின் பெயரைக் குறிப்பிட்டு கடிதங்கள் அனுப்பியதால் அதிகாரப்பூர்வமாக இவை லத்தீன் மொழியில் ட்யூலிபா என்று அழைக்கப்பட்டு பின்னர் ட்யூலிப் என்பதே ஆங்கிலப் பெயராகியது.

ட்யூலிப் பூங்காவிற்கு வருகை தந்த மக்களை ஆழ்ந்த நிறங்களில் மணி வடிவில் இருந்த பெரிய ட்யூலிப் மலர்களின் அழகு வெகுவாக வசீகரித்தது. 1596 மற்றும் 1598-ல் அதுவரை ஒற்றை நிறங்களில் மட்டும் இருந்த ட்யூலிப் மலரிதழ்களில் வைரஸ் தொற்றினால் பிற நிறங்களும் தீற்றல்களாக உருவான போது அந்த மலர்கள் வெகுவாக விரும்பப்பட்டன.

அப்போது ட்யூலிப் தோட்டத்திலிருந்து தீற்றல்களுடைய ட்யூலிப் செடிகளின் விதைகள் பலமுறை திருடப்பட்டன. வெகுவிரைவில் இவற்றின் விதைகள் பரவி ட்யூலிப் மலர் வர்த்தகமும் மலர்ந்து விரிந்தது. அப்போது அதன்மீது பித்துக் கொள்ளத் தொடங்கி இருந்த மக்களால் உருவானதுதான் 1633-37 வரை நீடித்திருந்த ட்யூலிப் பித்துக்காலம்.

ட்யூலிப்கள் விதைகளிலிருந்தும் வேர்க்கிழங்குகளிலிருந்தும் பயிராகும் என்றாலும் விதைகளிலிருந்து உருவாகும் செடிகளைக் காட்டிலும் விரைவாக கிழங்குகளிலிருந்து செடிகள் உருவாகி மலர்களும் விரைவாக உருவானதால் பெரும்பாலும் இவை கிழங்குகளிலிருந்தே பயிர் செய்யப்பட்டது.

ஹாலந்தில் ட்யூலிப் கிழங்குகளை வாங்குவதும் விற்பதும் கோடைக்காலத்தில்தான் நடைபெறும். ஜூன் மாதம் மலர்ந்து முடிந்துவிட்ட ட்யூலிப் செடிகளின் கிழங்குகள் தோண்டி எடுக்கப்பட்டு, காகிதங்களில் சுற்றிப் பாதுகாப்பாக வைக்கப் பட்டு மீண்டும் அக்டோபரில் நட்டு வைக்கப்படும். அல்லது மண்ணிலேயே விட்டுவைக்கப்படும்.

தொடரும் குளிர்காலம் முழுவதும் மண்ணுக்கடியில் இருக்கும் கிழங்கு முளைத்து வளர்ந்து அடுத்த மலரும் காலத்தில் தான் மீண்டும் மலரும். இந்தக் குளிர் காலம், உலர் கிழங்கு மாதம் எனப்பட்டது.

ட்யூலிப் செடிகளைக் குறித்து நன்கு அறிந்திருக்கும் ஒரு நிபுணர் மலரும் காலம் முடிந்து இலைகள் பழுக்கத் துவங்குகையில் செடிகளைப் பார்வையிட்டு வேர்க் கிழங்குகளையும் சோதித்து, வாங்குபவருக்கும் விற்பவருக்கும் அதைக் குறித்து விளக்குவார். பின்னர் கிழங்குகள் கைமாறி பணப்பரிமாற்றம் நிகழும். அடுத்த பருவத்தில் அக்கிழங்குகள் புதிய உரிமையாளரின் நிலத்தில் விளைந்து மலரும்.

பிரகாசமான நிறங்களில் இருந்த ட்யூலிப் மலர்கள் அனைவரின் விருப்பத்துக்குமுரியதாயின. ட்யூலிப் மலர்களைத் தோட்டத்தில் அல்லது பூச்சாடிகளில் வைத்திருக்காதவர்கள் மிக மோசமான ரசனையுள்ளவர்களாக கருதப்பட்டார்கள்.

செல்வச்செழிப்பின், ஆடம்பரத்தின், உயர்குடியினரின் அடையாளமாக மாறிய ட்யூலிப் மலர்களின் உற்பத்தி, அதன் தேவையைக் காட்டிலும் மிகக் குறைவாக இருந்ததால் அதன் சந்தை மதிப்பு உயர்ந்து கொண்டே இருந்தது,

1610-ல் ஒரு குறிப்பிட்ட வகை ட்யூலிப் கிழங்கு திருமணத்தின்போது மணமகள் சார்பில் வரதட்சணையாக அளிக்கப்பட்டது. ஃப்ரான்ஸின் புகழ்பெற்ற வடிசாலை ஒன்று அவர்களது பிரபல பியர் வகை ஒன்றை ஒரு ட்யூலிப் கிழங்குக்குப் பதிலாக அளித்தது.

விரைவில் ட்யூலிப் மலர்கள் டச்சு மக்களின் அந்தஸ்தின் அடையாளமாகின. இதழ்களில் குறிப்பிட்ட நிறங்களில் தீற்றல்களைக் கொண்டிருந்த மலர்கள் அரிதெனக் கருதப்பட்டு மிக அதிக விலைக்கு விற்பனையாகின.

## பித்தெழுதல்

இப்படிப் பிற தாவர வர்த்தகங்களைப் போலவே நிகழ்ந்து கொண்டிருந்த ட்யூலிப்களின் வர்த்தகத்தில் புதிதாக உருவான பல நிறத் தீற்றல்களைக் கொண்ட மலர்களின்மீது உருவான பெரும் பித்தினால் 1634-ல் பெரும் மாற்றம் உண்டானது.

ஒரு மூட்டை கோதுமை வாங்க ஒரு ஃப்ளோரின் (florin- 1434-லிருந்து 2002 வரை இருந்த நெதர்லாந்தின் கரன்சி) போதுமானதாக இருந்த காலத்தில் தீற்றல்களையும், நெருப்பின் பிழம்புகளைப் போன்ற நிறக்கலவையையும் கொண்டிருந்த செம்பர் அகஸ்டஸ் (Semper Augustus) என்னும் ஒரு மலர்ச் செடியின் கிழங்கு சுமார் 6,000 ஃப்ளோரின்களுக்கு விற்பனை யானது.

மற்றொரு வர்த்தகத்தில் ஒருவர் தனது 2 சாம்பல் நிற குதிரைகளையும் 4600 ஃப்ளோரின்களையும் கொடுத்து ஒரு செம்பர் அகஸ்டஸ் கிழங்கை வாங்கி இருந்தார். வைஸ்ராய் வகை ட்யூலிப் கிழங்கொன்று நான்கு கொழுத்த காளைகள், 8 அன்னங்கள், 12 முதிர்ந்த ஆடுகள், மற்றும் 1000 பவுண்ட் பாலாடைக்கட்டிகள் கொடுத்து வாங்கப்பட்டன.

சாகுபடி முறைகள் மேம்படுத்தப்பட்டு அதிக அளவில் ட்யூலிப் மலர்ச் செடிகள் பயிரானபோது பங்கு வர்த்தகர்கள் இந்த வணிகத்தில் இறங்கினார்கள். ஒரு கட்டத்தில் பங்கு வர்த்தகர்களின் செல்வாக்கினால் ஒற்றை மலரின் விலை ஒரு வீட்டின் மதிப்பைக் காட்டிலும் கூடுதலாகவும் இருந்தது. செல்வந்தர்கள் மட்டுமல்லாது, சாதாரணர்களும் ட்யூலிப் பங்குகளில் முதலீடு செய்யத் துவங்கினர். வீடுகள், எஸ்டேட்டு கள், தொழிற்சாலைகள் எனப் பலவற்றையும் பணயம் வைத்து ட்யூலிப்பில் முதலீடு செய்தார்கள்.

கிழங்குகள் மண்ணுக்கடியில் இருக்கையிலேயே உத்தேசமாக அவற்றின் எடை கணக்கிடப்பட்டு விலை நிர்ணயிக்கப்பட்டது. அவை தோண்டி எடுக்கப்பட்டு விற்பனை செய்யப்படுவதற்கு பல மாதங்களுக்கு முன்னரே அவற்றின் விவரங்கள் குறிப் பிடப்பட்டிருக்கும் காகிதங்களில் அவை விற்பனையாகின.

பருத்த, எடை கூடிய அன்னைக் கிழங்குகளிலிருந்து புதிய குருத்துச்செடிகள் அதிகம் வரக்கூடும் என்பதால் ஒரு அன்னைக்

கிழங்கிலிருந்து எத்தனை புதிய செடிகள் வரக்கூடும் என்றும் யூகிக்கப்பட்டு அவற்றின் விலை கூடுதலாக நிர்ணயிக்கப்பட்டது.

இந்த வர்த்தகத்தில் ஈடுபட்டிருந்த பலர் ட்யூலிப் கிழங்குகளைக் கண்ணால் கூட பார்த்திருக்கவில்லை. ஒரே நாளில் 10 கைகளுக்கு மேல் கிழங்குகளின் விலை எழுதப்பட்டிருந்த ஒப்பந்தங்கள் கை மாற்றி மாற்றி மேலும் மேலும் அதிக விலைக்கு விற்கப்பட்டது. 1633-37 வரையிலான காலத்தில் இந்த ட்யூலிப் பித்து அதன் உச்சத்தில் இருந்தது.

சந்தையின் உச்சத்தில், அரிதான ட்யூலிப் கிழங்குகள் ஒரு சராசரி நபரின் ஆண்டு சம்பளத்தைவிட ஆறு மடங்குக்கு வர்த்தகம் செய்யப்பட்டது.

ஹாலந்திலிருந்து இந்த மலர்ப்பித்து பிரான்சுக்கும் பரவியது. அங்கும் ட்யூலிப் கிழங்குகளும் மலர்களும் மிக அதிக விலைக்கு விற்பனையாகின. அருமணிகளுக்கு இணையான விலையில் விற்கப்படும் ட்யூலிப் மலர்களை வாங்கி அணிந்து கொள்ள பெண்கள் விரும்பினர்.

பிரான்ஸின் உயர்குடிப் பெண்கள் விருந்துகளின்போது மேலாடையின் கழுத்துப்பட்டைகளில் ஆபரணங்களுக்குப் பதில் ட்யூலிப் மாலைகள் அணிந்து கொண்டனர்.

1637–ல் பிளேக் நோய் அங்கு பரவியது. அப்போது நடை பெற்ற ஒரு ட்யூலிப் ஏலத்தில் பெரும்பாலான பங்குதாரர்களால் கலந்து கொள்ள முடியாமல் போனபோது, பங்குகளின் விலை திடீரென சரிந்து ஒரே நாளில் பல முதலீட்டாளர்கள் பெரும் நஷ்டமடைந்தனர். இதுவே ட்யூலிப் மேனியா எனப்படும் உலகின் முதல் பெரும் பொருளாதார குமிழி வெடிப்பு (Tulip bubble burst).

டச்சு அரசு இந்தப் பொருளாதாரச் சிக்கலைத் தீர்க்க நடவடிக்கை எடுத்தது. வெறும் பத்துச் சதவித கட்டணம் மட்டும் பெற்றுக்கொண்டு ஒப்பந்தங்களை ரத்து செய்து ஒப்பந்ததாரர்களை விடுவித்தது. எனினும் பல்லாயிரக்கணக் கானோர் சொத்துகளையும் சேமிப்புகளையும் இழந்தார்கள்.

ட்யூலிப் பித்து 1637–ல் முடிவுக்கு வந்துவிட்டது என்றாலும் ட்யூலிப் மலர்களின் மீதான விருப்பம் அம்மக்களின் மனதில் ஆழ வேர் பிடித்திருந்தது.

இன்றுவரையிலும் இந்த ட்யூலிப் மலர்ப்பித்து அதிகப்படியான பேராசையால் உண்டாகும் ஆபத்துகளுக்கு ஓர் உவமையாகச் சொல்லப்படுகிறது.

## தாவரவியல் தகவல்கள்

லில்லியேசி (Liliaceae) என்றழைக்கப்படும் அல்லிக் குடும்பத்தைச் சேர்ந்த ட்யூலிப்கள் தற்போது உலகெங்கிலும் ஏராளமாக வளர்க்கப்படுகின்றன. 6 செ.மீ. அளவில் உள்ள இந்த ட்யூலிப் மலர்களில் அகன்ற அடிப்பகுதியும் கூர்நுனியுமுள்ள 6 இதழ்கள் இரட்டை அடுக்கில் மூன்று மூன்றாக நெருக்கமாக அமைந்திருக்கும்.

அல்லி வட்டத்தின் மூன்று இதழ்களும் புல்லி வட்டத்தின் மூன்று இதழ்களும் இணைந்து அதழ்கள் எனப்படும் ஒற்றை அடுக்காக இருக்கின்றது. இது ஆங்கிலத்தில் tepal / perianth எனப்படுகிறது.

ஒரு செடியிலிருந்து உருவாகும் 2 அடி நீளமுள்ள ஒற்றை மலர்த்தண்டில் பெரும்பாலும் ஒரே ஒரு மலர்தான் மலர்ந்து இருக்கும். அரிதாகவே இரு மலர்கள் உருவாகும்.

மத்தியில் அகன்றும்மேல் கீழ் நுனிகளில் குறுகியும் இருக்கும் நீளமான சதைப்பற்றுள்ள ரிப்பனைப் போன்ற நீலப்பச்சை இலைகள் காம்புகளின்றி நேரடியாக இச்செடியின் அடிப் பகுதியிலிருந்து உருவாகி மாற்றடுக்கில் அமைந்திருக்கும்.

மண்ணுக்கடியில் உருண்டையான பளபளப்பான கிழங்குகள் இருக்கும். இவற்றின் சிறுவெடி கனி ஏராளமான சிறிய விதைகளைக் கொண்டிருக்கும். மென்மணம் கொண்டிருக்கும் ட்யூலிப்பின் இருபால் மலர்கள் ஏப்ரல் மே மாதங்களில் மலரும்.

தூய வெள்ளை நிறத்தில் இருந்து சிவப்பு, ஊதா, ஆரஞ்சு, மஞ்சள் என தனி நிறங்களிலும், பல நிறங்கள் இணைந்தும், கலவையான நிறத் தீற்றல்களுடனும் இருக்கும் ட்யூலிப் மலர்கள் நீல நிறத்தில் மட்டும் மலர்வதில்லை. நீல வைரம் என அழைக்கப்படும் வகையும், இளம் ஊதா நிற ட்யூலிப் மலர்தான். தோட்டக்கலை நிபுணர்கள் நீல ட்யூலிப்களை உருவாக்கும் முயற்சியில் தொடர்ந்து ஈடுபட்டிருக்கிறார்கள்.

ஸ்விட்சர்லாந்தின் தாவரவியலாளரான கொன்ராட் கெஸ்னெர் தான் (Conrad Gessner -1516-1565) ட்யூலிப்களின் நிறங்களைக் குறித்து முதலில் எழுதி ஆவணப்படுத்தியவர். 1559-ல் அவர் பவேரியாவின் தோட்டமொன்றில் ட்யூலிப் மலர்களைக் கண்டு பிரமித்து, 'ஒற்றைச் சிவப்பு மலர் பெரிதாக ஒரு லில்லியைப்போல' என்று குறிப்பிட்டார்.

மலரிதழடுக்குகளின் எண்ணிக்கை, மலரின் அளவு, மலர்ச் செடியின் அளவு, மலரும் காலம் ஆகியவற்றின் அடிப்படையில் சுமார் 4000 வகைகளில் ட்யூலிப்கள் உள்ளன. **Tulipa gesneriana,** என்னும் அறிவியல் பெயரைக் கொண்டிருக்கும் தோட்ட ட்யூலிப் செடிகளிலிருந்து கலப்பினம் செய்யப்பட்டவையே பிற வகைகள்.

இவற்றில் ஒற்றை நிற இதழ்களைக் கொண்டவை 'செல்ஃப் கலர்' என்றும் தாவர வைரஸ் தொற்றினால் வேறு நிற தீற்றல் களைக் கொண்டிருப்பவை 'புரோக்கன்' என்றும் குறிப்பிடப் படுகின்றன.

ட்யூலிப் கிழங்குகளும் மலரிதழ்களும் உண்ணத்தகுந்தவை. குறைந்த அளவு ஒவ்வாமை உண்டாக்கும் tuliposide A என்னும் வேதிப்பொருள் இவற்றில் இருந்தாலும் இவை உண்ணப்படு கின்றன. இரண்டாம் உலகப் போரின்போது டச்சு அரசு எவ்வாறு ட்யூலிப் கிழங்குகளை ஆபத்தின்றி உணவாக்க லாமென்று கையேடுகள் வெளியிட்டது. கஞ்சியும் சூப்பும் மட்டுமல்லாது, அப்போது ட்யூலிப் கிழங்குகளை மாவாக்கி ரொட்டிகளும் செய்யப்பட்டன.

இப்போது இவை நட்சத்திர உணவகங்களில் பிரத்யேக விலை உயர்ந்த உணவாக கிடைக்கின்றன.

1600-ல் பலரால் விரும்பப்பட்ட மலரிதழ்களின் நிற வேறு பாடுகள் தாவர வைரஸினால் உருவானவை என்று அப்போது தெரிந்திருக்கவில்லை. 1931-ல்தான் தாவரவியலாளர்கள் அவை ஆபத்தற்ற வைரஸால் உருவாகின்றன என்பதையும் அந்த வைரஸ், செடிப்பேன் மூலமாக பரவுகிறது என்பதை யும் கண்டறிந்தார்கள்

சுல்தான்கள் காலத்திலிருந்தே ட்யூலிப் மலர் வடிவங்கள் உலகின் புகழ்பெற்ற வடிவங்களாக இருக்கின்றன. ஜெர்மானிய

ஓவியர் ஜேகப் மரேல் (jacob Marrel-1614-1681) ட்யூலிப் மலர் வடிவங்களுக்கென்றே பிரத்யேகமாக ஒரு நூலை வெளியிட்டார்.

அதன்பிறகு ஆடை ஆபரண, கட்டிடக்கலை வடிவங்களில் ட்யூலிப் மலர்கள் தவறாமல் இடம் பிடித்தன.

1800–களில் பிரபல ஆளுமைகளின் முழு உருவச் சித்திரங்கள் வரையப்பட்டபோது ட்யூலிப் மலர்களும் ஓவியங்களில் இடம்பெற்றன. 1800-ல் தான் பிரபல ட்யூலிப் டிஃபானி (Tiffany) அலங்கார விளக்குகள் உருவாகி புகழ்பெற்றன.

பெரும்பாலான ட்யூலிப் மலர்களில் நறுமணம் இல்லை யெனினும் ஒரு சில வகைகளில் மென்மணமும் நல்ல இனிமையான நறுமணமும் இருக்கும். ட்யூலிப் மலர்களில் நறுமணங்களை உருவாக்கும் 130 வேதிச் சேர்மங்கள் இருப்பதாகக் குறிப்பிடும் ஜப்பானின் 2012-ல் நடந்த ஆய்வொன்று, நறுமணங்களின் அடிப்படையில் ட்யூலிப்களை,

- இனிப்பு மணம் கொண்டவை
- பசுந்தழையின் வாசம் கொண்டவை
- பாதாம் நறுமணம் கொண்டவை
- ஆரஞ்சின் மணம் கொண்டவை
- தேன் மணம் கொண்டவை
- ரோஜா மணம், மூலிகை மணம், மற்றும் மரங்களின் மணம் கொண்டவை என வகைப்படுத்துகிறது.

17-ம் நூற்றாண்டிலேயே ட்யூலிப் மலர்ப்பித்து முடிவுக்கு வந்துவிட்டாலும், ட்யூலிப்களின் மீதான தனித்த பிரியம் அம்மக்களின் கலாசாரத்துடன் ஒன்று கலந்து விட்டிருக்கிறது.

நெதர்லாந்தில் 2015-லிருந்து உருவாக்கப்பட்டு வரும். நான்கு தீவுகளின் கூட்டான ட்யூலிப் தீவின் நிலத்தோற்றம் அழகிய காம்புடன் கூடிய ட்யூலிப் மலரைப் போலவே இருக்கிறது. இந்த ட்யூலிப் தீவில் 12000 ட்யூலிப் வகைகளும் வளர்க்கப்படுகின்றன. (துபாயின் பனை வடிவ தீவு டச்சு வல்லுநரால்தான் கட்டப்பட்டது.)

துருக்கியில் ட்யூலிப்கள் எப்போதும் மிகவும் பிரபலமாகவே இருந்தன. 18–ம் நூற்றாண்டின் தொடக்கம் ட்யூலிப்களின் காலமென்றே அழைக்கப்பட்டது. அப்போதுதான் ட்யூலிப் திருவிழாக்களும் துவங்கின. தலைநகரைத் தவிர பிற பகுதிகளில் ட்யூலிப் விற்பனை செய்வது சட்டப்படி தண்டனைக்குரிய குற்றமாகவும் இருந்தது.

20–ம் நூற்றாண்டில் சுருக்கங்கள் கொண்ட மலரிதழ்களுடன் ட்யூலிப் மலர்கள் உருவாகின. வைரஸ் தொற்றினால் அவற்றின் நெருப்பின் தழல்போல சிவப்புத் தீற்றல்கள் இருந்த வகைகள் பெரிதும் விரும்பப்பட்டன.

பிரிட்டனிலும் இந்த மலர்ப் பித்து அப்போது பரவியது இங்கிலாந்துக்கு ட்யூலிப் கிழங்குகள் 1577–ல் அறிமுகமாயின. அப்போதிலிருந்தே இவை அதிக அளவில் சாகுபடி செய்யப் பட்டன. புதிய கலப்பினங்களும் ஏராளம் உருவாகின, அவை களுக்கு இங்கிலாந்தின் தாவரவியலாளர்களின் பெயர்கள் வைக்கப்பட்டன.

19–ம் நூற்றாண்டில் ட்யூலிப்களின் விலை உச்சத்தில் இருக்கையில் பல ட்யூலிப் சாகுபடியாளர்கள் ட்யூலிப் மலர் களுக்கென்று தனித்த அமைப்புகளையும் நிறுவனங்களையும் நூற்றுக்கணக்கில் உருவாக்கினார்கள்.

வருடாவருடம் ட்யூலிப் மலர்க்கண்காட்சிகளும் தொடர்ந்து நடந்தன. கண்காட்சிகளின்போது மிக அழகிய ட்யூலிப் வகைகளுக்குப் பரிசுகளும் அளிக்கப்பட்டன. 1849–ல் யார்க்கில் (York) நடந்த ஒரு மலர்க்கண்காட்சிப் போட்டியில் 2000 வகை ட்யூலிப்கள் இருந்ததால் நடுவர்கள் சுமார் 6 மணி நேரம் செலவழித்துப் பரிசுக்குரியவற்றைத் தேர்ந்தெடுக்க வேண்டி வந்தது. ஆனால் முதல் உலகப் போருக்குப் பின்னர் இந்த அமைப்புகள் பொலிவிழந்து மறையத் தொடங்கின. 1936–ல் ராயல் ட்யூலிப் அமைப்பு மூடப்படும்போது எஞ்சி இருந்தது வடக்கு இங்கிலாந்து ட்யூலிப் அமைப்பு மட்டுமே. 1836–ல் தொடங்கப்பட்ட இந்த அமைப்பு இன்றும் செயல்படுகிறது. மே 2020–ல் நடக்க இருந்த அதன் 185–வது மலர்க் கண்காட்சி கோவிட் பெருந்தொற்றினால் துரதிர்ஷ்டவசமாக ரத்தானது.

ஐரோப்பாவின் தலைசிறந்த ஓவியர் ரெம்பிராண்ட் வரைந்த ஒரே ஒரு மலர் ட்யூலிப்தான் என்கிறார்கள் வரலாற்றாய் வாளர்கள். அவரது மனைவி சேஸ்கியாவை ரோமானிய தொன்மங்களில் வளமை மற்றும் வசந்தத்தின் தேவதையான ஃப்ளோராவாகச் சித்தரித்து வரைந்த, 'தி ஃப்ளோரா' எனத் தலைப்பிடப்பட்ட ஓவியத்தில் சேஸ்கியாவின் தலை அலங்காரத்தில் ஒரு அருமணியைப் போலத் தீற்றல் நிறங்களுடன் இருக்கும் ஒரு ட்யூலிப் மலர் வரையப்பட்டிருக்கிறது (the portrait 'Flora')

இந்த ரெம்பிராண்ட் ட்யூலிப் உள்ளிட்ட பல புது பிரபல கலப்பின ட்யூலிப்கள் இப்போது உலகெங்கிலும் வளர்கின்றன. ஹாலந்தின் 7 ரெம்பிராண்ட் கிழங்குகள் 4 டாலர்களுக்கு இப்போது கிடைக்கிறது.

ஐஸ்கிரீம் ட்யூலிப் என்றும் ஒரு புதிய வகை சமீபத்தில் உருவாக்கப்பட்டுள்ளது. இளஞ்சிவப்பு அடிப்பகுதியும் தூய வெண்ணிற நுனிப்பகுதியும் கொண்டிருக்கும் இந்த மலர்கள் ஐஸ்கிரீம் போலவே தோற்றமளிக்கிறது. முழு வெள்ளை மலரரும்புகள் முதிர முதிர ஊதா நிறம் கொண்டு முழு ஊதாவாக மாறும் வகையும் இப்போது புதிய வரவாகி இருக்கிறது.

வருடத்திற்கு 3 பில்லியன் ட்யூலிப் கிழங்குகளை உற்பத்தி செய்தும் அதிக அளவில் ஏற்றுமதி செய்தும் உலகின் ட்யூலிப் வளர்ப்பில் நெதர்லாந்து முதலிடம் வகிக்கிறது. ட்யூலிப் மலர்களுக்கான திருவிழாக்கள் உலகெங்கிலும் நெதர்லாந்து, ஸ்விட்சர்லாந்து, வாஷிங்டன், ஆஸ்திரேலியா, கனடா மற்றும் பல இடங்களில் ஆண்டுதோறும் நடைபெறுகிறது.

ஆசியாவின் மிகப்பெரிய ட்யூலிப் தோட்டம் ஜம்மு காஷ்மீர் மாநிலத்தில் உலகப்புகழ் பெற்ற தால் ஏரி அருகே ஜபர்வான் மலை அடிவாரத்தில் உள்ளது. 75 ஏக்கர் பரப்பளவில் 2007–ம் ஆண்டு தொடங்கப்பட்ட இந்த இந்திரா காந்தி நினைவுத் தோட்டத்தில் 46 வகைகளைச் சேர்ந்த 20 லட்சம் ட்யூலிப் மலர்ச்செடிகள் பராமரிக்கப்படுகின்றன.

ஒவ்வொரு வருடமும் மார்ச் – ஏப்ரல் மாதத்தில் 15 நாட்களுக்கு ட்யூலிப் கண்காட்சி காஷ்மீரில் நடைபெறும். பல

வண்ணங்களில் பூத்துக் குலுங்கும் மலர்களைப் பார்ப்பதற்காக உலகெங்கிலும் உள்ள சுற்றுலாப் பயணிகள் காஷ்மீருக்கு வருவார்கள். இந்தக் கண்காட்சியில் தோட்டத்திற்கு வெளியே உணவு அரங்கம், கைவினைப்பொருட்கள் அரங்கம் ஆகியவை காஷ்மீர் பாரம்பரியத்துடன் அமைக்கப்படும். அத்துடன் உலகின் தலைசிறந்த உருது கவிஞர்களும் இந்த விழாவில் பங்கு பெறுவார்கள்.

1962-ல் மார்ச் 18-ம் தேதி ஒரு சிகிச்சையின் பொருட்டு மருத்துவமனையில் அனுமதிக்கப்பட்டு உடல்நலம் தேறிய சில்வியா பிளாத்துக்கு அளிக்கப்பட்ட ட்யூலிப் மலர் செண்டை குறித்து அவர் எழுதிய பிரபல கவிதையின் தலைப்பும் 'ட்யூலிப்' தான். மரணத்தை அணைத்துக் கொள்வதா அல்லது மீண்டும் துயர் நிறைந்த உலக வாழ்வுக்குத் திரும்புவதா என்னும் கேள்வியைப் பித்துப்பிடிக்க வைக்கும் அழகு கொண்டிருக்கும் ட்யூலிப் மலர்கள் தன் முன்னே எழுப்புகின்றன என்றும் மிக எளிமையான மரணத்திற்கு முன்னர் அத்தனை அலங்கரமான ட்யூலிப்கள் இருப்பதன் பொருத்தமின்மையையும் இந்தக்கவிதை யில் சில்வியா சொல்லுகிறார். மரணத்தின் அமைதியைக் கொண்டிருக்கும் மருத்துவமனையின் தூய வெண்ணிற அறையில், உயிர்ப்புள்ள ரத்த சிவப்பு நிற ட்யூலிப் மலர்களின் இருப்பு எத்தனை முரணாக இருக்கிறது என்பதைச் சொல்லும் மிக அழகிய கவிதை அது.

ட்யூலிப்கள் மறுபிறப்பின், தயாள குணத்தின், ஆழ்ந்த அன்பின் அடையாளங்களாகக் கருதப்படுகின்றன. சமச்சீரான வடிவில் இருக்கும் இம்மலர்கள் 11-வது திருமண நாள் பரிசாக அளிக்கப்படுகின்றன. மேலும் வெள்ளை மலர்கள் மன்னிப் பையும், மஞ்சள் புதிய துவக்கத்தையும், சிவப்பு புதிய உறவு களையும், இளஞ்சிவப்பு நட்பையும் குறிக்க அளிக்கப்படுகின்றன.

ஹாலந்தின் கோகென்ஹாஃப் (Keukenhof) ட்யூலிப் தோட்டமே உலகின் மாபெரும் ட்யூலிப் தோட்டம். இங்கு சுமார் 7 மில்லியன் ட்யூலிப்கள் மலர்கின்றன. இந்த மாதத்தில் அத்தோட்டம் வானவில் தவறி பூமியில் விழுந்ததுபோலத் தோற்றமளிக்கும். அன்று தொடங்கி இன்று வரையிலும் உலகின் முன்னனணி ட்யூலிப் உற்பத்தியாளராக 3 பில்லியன் ட்யூலிப் கிழங்குகளை உற்பத்தி செய்யும் ஹாலந்துதான் இருக்கிறது.

நெதர்லாந்தின் பெரும்பகுதி மார்ச் முதல் மே வரை பெரும் மலர்க்கடலைப் போலிருக்கும். மார்ச்சில் குங்குமப்பூ மலர்வு தொடர்ந்து டஃபோடில்கள், பின்னர் ஹயாசிந்த்துகள். இறுதியாக ட்யூலிப்கள் என மே முதல் வாரம் வரையிலும் தொடர்ந்து மலர்கள் மலர்ந்திருக்கும்.

இப்போது அங்கு சென்று அந்தப் பேரழகு மலர்க்கடலை பார்த்தால் ட்யூலிப் மலர்கள் 17–ம் நூற்றாண்டு மக்களுக்கும் மரணத்தை விழைந்த சில்வியாவிற்கும் அளித்திருக்கும் பித்து எப்படிப்பட்டது என கண்கூடாகக் காணமுடியும்.

**ஆதாரங்கள், உதவிய கட்டுரைகள்:**


1. https://www.hindustantimes.com/business/shaktikanta-das-says-cryptos-a-threat-to-macroeconomy-undermines-rbi-s-ability-101644485664232.html
2. https://trends.google.com/trends/explore?q=tulip%20mania&geo=IN
3. https://en.wikipedia.org/wiki/Flora_(Rembrandt,_Hermitage)
4. https://www.poetryfoundation.org/poems/49013/tulips-56d22ab68fdd0

## எருக்கு

எருக்கஞ்செடிகளை, கிராமம் நகரம் என எங்கும் காலி நிலங்களிலும் வயல் வரப்புகளிலும் சாக்கடையோரங்களிலும் வெகுசாதாரணமாகக் காணலாம். இவற்றின் கொழுக்கட்டை போன்ற மொட்டுகளை விரல்களால் அழுத்தினால் சிறு ஓசையுடன் அவை வெடிக்கும். கிராமங்களில் சிறுவர்களிடையே இது ஒரு விளையாட்டாகவே நடக்கும்.

தென்னிந்தியக் கிராமங்களில் கைவைத்தியமாகப் புழக்கத்தில் இருக்கும் மூலிகைச் செடிகளில் எருக்குதான் மிக அதிகமாகப் பயன்படுத்தப்படுகிறது.

காலில் ஆழமாக முள்குத்தினால் எருக்கம்பாலை அந்த இடத்தில் வைத்து, அதை எருக்கு இலைகளின் மீதிருக்கும் மெழுகுப்பூச்சை சுரண்டி மூடி வைக்கும் வழக்கம் இப்போதும் பல கிராமங்களில் இருக்கிறது. இந்தப் பாலின் வெம்மையில் மேல்தோல் வெந்து, லேசாக அழுத்தினால் முள் வெளியே வந்துவிடும். பாம்பு, தேள், குளவி உள்ளிட்ட விஷக்கடிகளுக்கும் கடிவாயில் எருக்கிலை விழுதை வைத்துக் கட்டுவார்கள்.

குதிகால் வலிக்கு, சூடான செங்கல்மீது பழுத்த எருக்கு இலைகளை வைத்து அவற்றின்மீது காலை வைத்து எடுக்கும் வழக்கம் இன்னும் பல இந்தியக் கிராமங்களில் பரவலாக இருக்கிறது. எருக்கஞ்செடியின் குச்சிகள் கருக்கலைப்புக்கும் உபயோகப்பட்டன.

Crown flower plant என்று ஆங்கிலத்தில் அழைக்கப்படும் **Calotropis procera** என்னும் தாவர அறிவியல் பெயர் கொண்ட இந்த எருக்கு பாரம்பரிய மருத்துவ முறைகளில் மிக முக்கியமான தாவரம். வடக்கு ஆப்பிரிக்காவைத் தாயகமாகக் கொண்ட இச்செடி உலகெங்கிலும் தற்போது பரவியுள்ளது.

பொதுவாக எருக்கில், நீல எருக்கு, ராம எருக்கு உள்ளிட்ட ஒன்பது வகைகள் இருப்பதாகச் சித்த மருத்துவம்

கூறுகிறது. எனினும் மிக அதிகமாகக் காணப்படுவது வெள்ளெருக்கான Calotropis procera (Calotrope), மற்றும் இளம் ஊதா நிறமலர்களுடனான நீல எருக்கு எனப்படும் Calotropis gigantea (Giant calotrope) ஆகிய இரண்டு வகைகள் தான். இவை இரண்டிற்கும் இடையிலான வேறுபாடுகள் மிக நுண்ணியதாக, தாவரவியலாளர்களாலேயே எளிதில் கண்டுபிடித்துவிட முடியாததாக இருக்கும். Calotropis procera உயரமான செடி யாகவும், Calotropis gigantea அடர்ந்த பெரிய புதராகவும் இருக்கும். இதழ்களின் ஓரங்களில் மட்டும் அடர் ஊதா நிறம் தொட்டு வைத்தது போலிருக்கும் ராம எருக்கு எனப்படும் ஒரு வகையும் இந்த இரண்டில் ஒன்றுதான் என்று கருதப்படுகிறது. இவை இரண்டிலிருந்தும் சிறிது வேறுபடும் Calotropis acia என்னும் ஒரு வகையும் சமீப காலங்களில் பரவலாகக் காணக் கிடைப்பதாகத் தாவரவியலாளர்கள் கருதுகிறார்கள்.

சமஸ்கிருதத்தில் இது அர்க்கா (Arka) - சூரியனின் கதிர் என்று குறிப்பிடப்படுகிறது. தன்வந்திரி நிகண்டுவில் சுக்ல அர்க், ராஜ அர்க் மற்றும் ஸ்வேத அர்க் (Sukla arkah, Raja arkah, and Svetaarkah) என மூன்று எருக்கு வகைகள் குறிப்பிடப்பட்டிருக்கின்றன.

இரண்டிலிருந்து ஆறு மீட்டர் உயரம் வரை வளரும் இத்தாவரத்தின் வேர்கள் மூன்று மீட்டர் ஆழம் வரை மண்ணில் இறங்கி இருக்கும். வெளிறிய நிறத்தில் இருக்கும் தண்டு உறுதியாகவும், அதன் மரப்பட்டை சொரசொரப்பாக வெடிப்புகளுடனும் காணப்படும். அகன்ற சிறு காம்புடன் கூடிய இலைகள் சாம்பல் பச்சை நிறத்தில் மெழுகுப் பூச்சுடன் இருக்கும். மெழுகால் செய்ததுபோல் இருக்கும் எருக்கு மலர்களின் நடுவில் இருக்கும் அழகிய கிரீடம் போன்ற அமைப்பினால்தான் ஆங்கிலத்தில் இது Crown flower என்று அழைக்கப்படுகிறது.

மலர்களின் ஆண் பெண் இனப்பெருக்க உறுப்புகள் ஐங்கோண வடிவில் ஒரு சிறு மேடைபோல் இணைந்து அதனடி யிலிருந்து ஐந்து அழகான வளைவுகளுடன் பீடம் போன்ற அமைப்பினால் தாங்கப்பட்டிருக்கும். இதன் தாவரவியல் பெயரில் Calo -tropis என்பது கிரேக்க மொழியில் 'அழகிய படகு போன்ற' என்னும் பொருளில் இதன் மலர்களின் நடுவில்

இருக்கும் அழகிய பீடம் போன்ற அமைப்பைக் குறிக்கிறது. (kalos – beautiful and tropos – boat) procera என்றால் உயரமான, gigantea என்றால் மிகப் பெரிதான என்று பொருள்.

பிற மலர்களைப்போல் மகரந்தம் இதில் துகள்களாக இருக்காது. ஐங்கோண மேடை விளிம்புகள் இணைந்திருக்கும் ஐந்து புள்ளிகளிலும் மகரந்தம் நிறைந்த தராசைப் போன்ற இரு பைகள் ஒட்டிக்கொண்டிருக்கும் (pollinia).

வெடித்துச் சிதறும் இயல்புடைய பச்சை நிற கடினமான ஓட்டுடன் கூடிய கனிகள் சிறிய பலூனைப்போல இருக்கும். ஏராளமான எடை குறைவான விதைகள் பட்டுப் போன்ற இழைகளுடன் உள்ளிருக்கும். இவை வருடம் முழுவதும் பூத்துக் காய்க்கும்.

இந்திய, அரபு, யுனானி மற்றும் சூடான் உள்ளிட்ட பல பாரம்பரிய மற்றும் நாட்டுப்புற மருத்துவ முறைகளில் பல்வேறு நோய்களைக் குணப்படுத்த உலகெங்கும் எருக்கு பயன்படுத்தப்படுகிறது.

வேதங்களிலும், புராணங்களிலும் பழம்பாடல்களிலும் எருக்கு அதிகம் இடம்பெற்றிருக்கிறது. அதர்வண வேதத்தில் எருக்கஞ் செடியைப் பற்றிக் கூறப்பட்டிருக்கிறது. சிவபெருமானுக்கு எருக்கம் பால் வைத்துப் படைக்கப்பட்டதை நாரத புராணம் குறிப்பிடுகிறது. மன்னர் எருக்கம்பூ மாலை அணிந்து சென்றால் வெற்றி பெறுவார் என்கிறது அக்னி புராணம். சிவமஞ்சரி எனும் நூலில் சிவனுக்குக் காலையில் பூஜிக்க சிறந்த மலர் ‘எருக்கம் மலர்’ என்று கூறப்படுகிறது.

அவ்வையார் நல்வழியில்,

‘வேதாளம் சேருமே வெள் எருக்குப் பூக்குமே
பாதாள மூலி படருமே – மூதேவி
சென்றிருந்து வாழ்வளே சேடன் குடிபுகுமே
மன்றோரம் சொன்னார் மனை’ என்கிறார்

சங்க காலத்திலும் இச்செடிக்கு ‘எருக்கு’ என்பதே பெயர். பல சங்க இலக்கிய புலவர்கள் தங்கள் பாடல்களில் எருக்கஞ் செடியைக் குறிப்பிட்டுள்ளனர்.

‘குறுமுகழ் எருக்காவ் கண்ணி’ என நற்றிணையிலும்,

‘குவியினார் எருக்கு’ எனக் கபிலரும்,

'புல்லெருக்கங்கண்ணி நறிது' எனத் தொல்காப்பியமும் குறிப்பிடுகிறது.

'வாட்போக்கி கலம்பகம்' என்னும் நூலிலும் எருக்கஞ் செடியைப் பற்றியும் இதன் பால் கொடியது, ஆயினும் மருந்துக்குப் பயன்படுகிறது எனக் குறிப்பிடப்பட்டுள்ளது.

'நல்லவும் தீயவும் அல்ல குவி இணர்ப்
புல் இலை எருக்கம் ஆயினும், உடையவை
கடவுள் பேணேம் என்னா'

நல்லதோ, கெட்டதோ எருக்கம் பூவை உள்ளன்போடு கொடுத்தாலும் கடவுள் வேண்டாம் என்று கூறாமல் ஏற்று கொள்வாரென இரண்டாயிரம் ஆண்டுகளுக்கு முன்பே கபிலர் குறிப்பிடுகிறார்.

ஓர் ஆடவன் ஒரு பெண்ணைக் களவுடனோ அல்லது களவின்றியோ அடைய மேற்கொள்ளும் முறையான மடலேறு தலில், மடலேறும் தலைவன் எருக்க மாலை, ஆவிரம் பூ மாலை முதலியவற்றை அணிந்து வருவது வழக்கம் என்று,

'மாவென மடலும் ஊர்ப பூவெனக்
குவிமுகிழ் எருக்கங் கண்ணியும் சூடுப
மறுகின் ஆர்க்கவும் படுப
பிறிதும் ஆகுப காமங்காழ் கொளினே' (குறுந் – 17)

என்ற சங்கப்பாடல் காட்டுகிறது.

மகாபாரதத்தில் குருக்ஷேத்திரப் போரின் முடிவில் அம்புப் படுக்கையில் இருந்த பீஷ்மர், அவரது உடலை எரிக்கச் சூரியனின் உதவியைக் கேட்கிறார். அது சாத்தியமில்லை என்ற நிலையில், சூரியனது ஆற்றலைத் தனக்குள் முழுவதும் ஈர்க்கும் சக்தி படைத்த எருக்கின் இலையைக் கொண்டு அவரது உடலைத் தகிக்க வைக்கலாம் என்று வழி காட்டப்படுகிறது. உத்தராயண காலம் வரும் வரை காயத்துடன் போராடி சூரியனுக்கு உரிய ரதசப்தமி நாளில் உயிர் நீத்தார் பிஷ்மர். இன்றைக்கும் ரதசப்தமி அன்று ஏழு எருக்கம் இலைகளை உடலில் வைத்துச் சூரியனை நோக்கி வழிபடுகிறார்கள்.

மகாபாரதத்தில் உபமன்யு எருக்கம் இலைகளை அறியாமல் உண்டதால்தான் கண்பார்வையை இழந்தார்.

திருஎருக்கத்தம்புலியூர், திருக்கானாட்டு முள்ளூர் ஆகிய திருக்கோயில்களில் தலமரமாக இருப்பது வெள்ளெருக்கு. இத்தலங்களில் விழாக்காலங்களில் வெள்ளெருக்கம் பூவால் சிறப்பு பூஜைகளும் நடக்கும்.

இறை வழிபாடுகளில் பயன்படுத்தப்படும் மலர்கள் குறித்த நூலான, 'புஷ்ப விதி'யில் தோஷங்களற்ற, 'நன் மா மலர்கள்' எனக் குறிப்பிடபட்டிருக்கும் அஷ்ட புஷ்பங்களான, 'புன்னை, செண்பகம், பாதிரி, வெள்ளெருக்கு, நந்தியாவட்டை, அரளி, நீலோத்பலம், தாமரை' ஆகியவற்றில் எருக்கு உயிரோட்டம் நிறைந்த மலராகக் கருதப்படுகிறது.

'வெள்ளெருக்கு அரவம் விரவும் சடை'யனான சிவன் எருக்க மலர் பிரியன். சிவன் கோவில்களில் எருக்கம்பூ மாலை சாற்றி வழிபடும் வழக்கம் நம் மரபில் தொன்றுதொட்டு இருந்து வருகிறது. கொங்கு வட்டாரங்களில் அநேகமாக எல்லா விநாயகர் கோவில்களிலும் வெள்ளை எருக்கு மலர் மாலை சாத்தும் வழக்கம் இருக்கிறது. விநாயகர் சதுர்த்தி அன்று இந்த மாலைகளுக்கு மிகவும் தேவை இருக்கும்.

ஆறு வருடங்களான எருக்கின் வடக்குப் பக்கமாகச் செல்லும் வேரிலிருந்து விநாயகர் உருவத்தைச் செய்து விற்பார்கள். வெள்ளெருக்கின் வேர்க்கட்டை வீட்டில் இருந்தால் பூச்சிகள், விஷ வண்டுகள் வராது என்கிற நம்பிக்கையும் தமிழகத்தில் உள்ளது.

கடும் வறட்சியைத் தாங்கி வளரக்கூடிய எருக்கு, பனிரெண்டு ஆண்டுகள் மழை பெய்யாமல் இருந்தாலும்கூட எந்தப் பாதிப்புமின்றி வளர்ந்து, தக்க சமயத்தில் பூக்கள் பூத்து, காய்க்கும் தன்மை கொண்டது.

வெள்ளெருக்கம் பூவானது, சித்த மருத்துவத்தின் முக்கிய மருந்து தயாரிப்பான 'சங்கு பஸ்பம்' செய்வதிலும் முக்கிய பங்காற்றுகிறது. வெள்ளெருக்குப் பட்டை நாரில் செய்யப்பட்ட திரியை, விளக்கில் இட்டுத் தீபம் ஏற்றும் வழக்கம் இந்தியாவில் பல கிராமப் பகுதிகளில் இருக்கிறது.

"ஏழைக்கு வைத்தியம் எருக்கு" என்றொரு முதுமொழியும் உண்டு. சிறிய உடல் நோய்க்கெல்லாம் கூட உடனே மருத்துவரை நாடும் நகர்ப்புற மக்களைப் போலல்லாமல், கிராமங்களில் கைவைத்தியமாக எருக்கின் பாகங்களைப் பலவிதங்களில் உபயோகித்துக் கொண்டிருக்கின்றனர்.

மராட்டிய இனத்தவர்களின் முக்கிய விழாவான பஞ்ச பல்லவா (Pancha Pallava) எனப்படும் ஐந்து இலைகள் கொண்டு பூஜை செய்யும் முக்கிய விழாவில் எருக்கின் இலைகளும் உண்டு. எருக்கை அவர்கள் 'ரூய்' (Rui) என்று குறிப்பிடுகிறார்கள்.

நவக்கிரக வனங்களில் ஒன்பது கோள்களுக்குமான தாவரங்களில் சூரியனுக்குரியதாக இருக்கும் தாவரம் எருக்கு தான். பைபிளைத் தழுவி எழுதப்பட்ட ஜான் மில்டனின் இழந்த சொர்க்கத்தில் (Paradise lost) Sodom apple என்று குறிப்பிடப்படும் இச்செடியின் பழங்களைத்தான் ஆதாமையும் ஏவாளையும் விலக்கப்பட்ட கனியைச் சுவைக்க தூண்டிய பின்னர் சாத்தான் புசித்ததாகச் சொல்லப்பட்டிருக்கின்றது.

திருமண தோஷம் உள்ளவர்கள் முதலில் வாழைக்குத் தாலி கட்டுவதைப் போலவே பல சமூகங்களில் எருக்குக்குத் தாலி கட்டுவதும் வழக்கத்தில் இருக்கிறது.

பழங்குடியினரில் பல இனங்களில் நோயுற்றவர்களின் தலை முடியைச் சிறிது எருக்கஞ்செடியில் கட்டிவிட்டால் நோயைச் செடி எடுத்துக்கொள்ளும் என்ற நம்பிக்கையும் நிலவுகின்றது.

உயர் இரத்தச் சர்க்கரை சிகிச்சைக்கு phytotherapy எனப்படும் தாவர மருத்துவத்தில், இரண்டு பாதங்களிலும் எருக்கிலையின் மேற்புறம் உள்ளங்கால்களில் படுமாறு வைத்து அதன்மேல் சாக்ஸ் அணிந்து ஒரு வாரம் நடந்து கொண்டிருந்தால் சர்க்கரை அளவு சீராகி விடும் என்று சொல்லப்படுகிறது.

ஜமைக்கா மற்றும் கம்போடியாவில் இன்றைக்கும் பழுத்து வெடிக்கும் எருக்கின் கனியின் உள்ளிருக்கும், விதைகள் வெடித்துப் பரவ உதவி செய்யும் பட்டுப்போல் மினுங்கும் இழைகளை அடைத்துத் தலையணை செய்கிறார்கள். எருக்கஞ் செடியின் தண்டுகளிலிருந்து எடுக்கப்படும் உறுதியான நார், வில்லின் நாண், மீன்பிடி வலை, ஆடைகள் போன்றவற்றைத் தயாரிக்க உதவுகிறது.

கம்போடியாவில் எருக்கஞ்செடியின் குச்சிகளைச் சிதை எரிக்கையில் உபயோகப்படுத்துகிறார்கள்.

இன்னும் சில பழங்குடியினர் இதன் பாதி பழுத்திருக்கும் காயின் உள்ளிருக்கும் விதைகளை நீக்கிக் காயின் கடினமான ஓட்டினுள் ஆட்டுப்பாலை நிரப்பி அருந்துவதைப் பல நோய் களுக்குச் சிகிச்சையாகச் செய்கின்றனர்.

எருக்கின் இளம் தளிர்களை ஒற்றைத் தலைவலிக்குப் பல பாரம்பரிய மருத்துவ முறைகளில் உபயோகிக்கின்றனர்.

எருக்கின் தாவர பாகங்களில் இருக்கும் வேதிப்பொருட்களில் உஷரின், கேலோடாக்சின், கேலோட்ரோபின் மற்றும் ஜைஜாண்டின் (uscharin, calotoxin, calotropin & gigantin) போன்றவை மிகுந்த நச்சுத்தனமை உடையவை. நச்சுத்தன்மை கொண்ட எருக்கின் பாலை அம்பு நுனிகளில் தடவி வேட்டையாடும் வழக்கமும் பழங்குடியினரிடம் இருக்கிறது.

'வூடூ' கலை தோன்றிய மேற்கு ஆப்பிரிக்காவின் 'பெனின்' நாட்டில் மட்டும் எருக்கின் பால் கலந்து மிக அதிக விலையுடைய ஆட்டுப்பால் சீஸ் செய்கிறார்கள். காமம் பெருக்கும் (Aphrodisiac) குணத்திற்காகவும் இச்செடி பாரம்பரிய மருத்துவ முறையில் உபயோகிக்கப்படுகிறது. (எருக்கின் பாகங்களை மருத்துவரின்

பரிந்துரையுடன் மட்டும்தான் சிகிச்சைக்கென எடுத்துக்கொள்ள வேண்டும்.)

ஹவாயில் 1871–ல் இச்செடி அறிமுகமானது. எருக்கம் மலரில் செய்யப்படும் leis எனப்படும் மலர் மாலைகளும், மலராபரணங்களும், விசிறி, வளையல் போன்றவையும் இங்கு மிகப் பிரபலம். ஹவாய் அரசின் கடைசி மகாராணியான லில்லியொ கலானி (Liliuokalani) எருக்கு மலராபரணங்களை வளமை மற்றும் செல்வத்தின் குறியீடாகக் கழுத்தில் எப்போதும் விரும்பி அணிந்து வந்ததால், ஹவாய் கலாசாரத்தில் இம்மலர் மாலைகள் மிகச் சிறப்பான இடம் பெற்றிருக்கின்றன.

ஹவாயில் இம்மலர்களின் வெளிஅடுக்குகளை மட்டும் கோத்து, உள்ளிருக்கும் கிரீடம் போன்ற அமைப்பை மட்டும், அல்லது முழு மலரையுமே கோத்து, அரும்புகளை மட்டும் கோத்து என எருக்க மலர் மாலைகளும் ஆபரணங்களும் பல அழகிய நிறங்களிலும் வடிவங்களிலும் கிடைக்கும்.

ஹவாய் உள்ளிட்ட பல தீவுகளிலும், இந்தியாவில் அசாம் உள்ளிட்ட பல மாநிலங்களிலும் பழங்குடி சமூகத்தில் பரவலாகத் திருமணம் மற்றும் இறப்புச் சடங்குகளில் எருக்கு மலர் மாலைகளைப் பயன்படுத்துகிறார்கள்.

பிரபல பாலிவுட் மாடலும் நடிகருமான மிலிந்த் சோமன் திருமணத்தில் மணமக்கள் இருவரும் எருக்கு மலரில் மாலை களும் தலை அலங்காரங்களும் செய்திருந்ததைப் பார்க்க முடிந்தது. அவரது மனைவி அஸ்ஸாமியப் பெண்.

எருக்கன் இலையை மட்டும் உணவாக எடுத்துக்கொண்டு எருக்கிலையின் அடியில் முட்டையிடும் மோனார்க் வகை பட்டுப்பூச்சிகள் தமது வாழ்க்கைச் சுழற்சிக்கு எருக்கையே நம்பியுள்ளன. புறநகர் பகுதிகளில் எல்லாம் நகரம் விரிந்து கொண்டே வருவதால் எருக்கும், மொனார்க் பட்டுப்பூச்சிகளும் வெகுவிரைவாக அழிந்து வருகின்றன.

அரிதினும் அரிதான கெரட்டோ கன்ஜக்டிவிடிஸ் (Crown flower keratoconjunctivitis) எனப்படும் பார்வையிழப்பு எருக்கின் பால் கண்களில் படுவதால் ஏற்படுகிறது. ஆங்கிலத்தில் Crown Flower keratitis என்று குறிப்பிடப்படும் இக்குறைபாடு எருக்கு மலர் மாலைகளை மிக அதிகமாகத் தயார் செய்யும் தாய்லாந்து மற்றும் ஹவாய் பகுதியில் மட்டும் அரிதாக

ஏற்படும். மலர்களைப் பறிக்கையிலோ அல்லது மலர்களை மாலையாகத் தொடுக்கையிலோ, விரல்களில் ஒட்டியிருக்கும் பால் தவறுதலாகக் கண்களில் படுவதால் இக்குறைபாடு ஏற்படுகிறது.

எல்லாப் பாகங்களுமே சிறந்த மருத்துவப் பயன்களை உடைய இச்செடி, கிரேக்கப் புராணங்களில் சொல்லப்பட்டிருக்கும் உடல் நலனுக்கான கடவுளான அஸ்கிலிப்பியஸின் பெயரிலான அஸ்கிளிப்பியடேசி (ASCLEPIADACEAE) என்னும் குடும்பத்தைச் சேர்ந்தது. இந்தத் தாவரக் குடும்பம் Milkweed family என்றும் அழைக்கப்படுகிறது.

பொதுவாக எருக்கு நச்சுச்செடியாகக் கருதப்பட்டாலும், இதன் ஏராளமான மருத்துவப் பயன்களைப் பார்க்கையில் நஞ்செனும் அமுதென்று தான் இவற்றைக் கருத வேண்டும்.

ஆதாரங்கள், உதவிய கட்டுரைகள்:

1. எருக்கம் பாலினால் அரிதாக ஏற்படும் பார்வையிழப்பு குறித்த ஆய்வுக் கட்டுரை ;http://www.ksos.in/ksosjournal/journalsub/Journal_Article_1_70

2. ஆயுர்வேத மருத்துவத்தில் எருக்கின் உபயோகங்கள்; https://www.planetayurveda.com/library/aak-madar/

3. எருக்கின் பாகங்களும் அவற்றின் வேதிப்பொருட்களும் குறித்த ஆய்வுக்கட்டுரை; https://www.researchgate.net/publication/313678937_THE_CONSTITUENTS_AND_PHARMACOLOGICAL_PROPERTIES_OF_CALOTROPIS_PROCERA_-AN_OVERVIEW

4. எருக்கின் மருத்துவ உபயோகங்கள் குறித்த ஆய்வுக் கட்டுரை; https://www.webmd.com/vitamins/ai/ingredientmono-797/calotropis

5. தெய்வீக மூலிகை எருக்கு; https://www.vikatan.com/literature/agriculture/99574-

6. Textbook of Pharmacognosy and Phytochemistry, Biren N. Shah · 2009 – Page 498.

## கன்னிக்கருவறை பார்த்தீனியம்

ஒரு பிராந்தியத்தில் இயற்கையாகத் தோன்றியிராத, ஆனால் அவை அறிமுகப்படுத்தப்பட்ட புதிய பகுதியில் பல்கிப்பெருகி, புதிய வாழ்விடங்களில், பூர்வீகப் பல்லுயிர் பாதிப்பு, பொருளாதார இழப்புகள், மனிதன் மற்றும் விலங்குகளின் ஆரோக்கியத்துக்குக் கேடு விளைவித்தல் போன்ற பல எதிர்மறையான தாக்கங்களை ஏற்படுத்துகிற தாவரங்களே ஆக்கிரமிப்புத் தாவரங்கள் (Invasive plants) எனப்படுபவை.

உணவுப் பொருட்கள், உரங்கள், வேளாண் இடுபொருட்கள் இறக்குமதியாகும்போது அவற்றுடன் கலந்து இப்படியான ஆக்கிரமிப்பு தாவரங்களின் விதைகள் தவறுதலாக ஒரு புதிய சூழலுக்கு அறிமுகமாகும். பல சந்தர்ப்பங்களில், அலங்கார மலர் வளர்ப்பு அல்லது விவசாயப் பயன்பாடுகளுக்காக வேண்டுமென்றே அறிமுகப்படுத்தப்பட்ட தாவரங்களும் ஆக்கிரமிப்புத் தாவரங்களாக மாறிவிடுவதுண்டு.

உதாரணமாக வெப்பமண்டல அமெரிக்க புதர் லந்தானா (*Lantana camara* லந்தானா கமாரா) 19-ம் நூற்றாண்டின் ஆரம்பத்தில் இந்தியாவில் ஓர் அலங்காரத் தாவரமாக அறிமுகப் படுத்தப்பட்டது. இது இப்போது கிராமங்கள், விளைநிலங்கள், நகர்ப்புறங்கள், அடர்காடுகள் உள்ளிட்ட பல்வேறு நிலப் பரப்புகளை ஆக்கிரமித்திருக்கிறது.

ஆக்கிரமிப்புத் தாவர இனங்கள் குறுகிய வாழ்க்கைச் சுழற்சி களைக் கொண்டுள்ளன. இனப்பெருக்கத்தில் அதிக கவனம் கொண்டு, மிக அதிக அளவில் விதைகளை உற்பத்தி செய்து, வேகமாக முளைத்து, அதிகமாகப் பரவுகிறது. மேலும் பல ஆக்கிரமிப்புத் தாவரங்கள் 'பினோடைபிக் பிளாஸ்டிசிட்டி' Phenotypic plasticity எனப்படும் ஆக்கிரமித்திருக்கும் புதிய வாழ்விடங்களுக்கேற்ப மாறும் திறனையும் கொண்டிருக்கின்றன. பெரும்பாலும் மனிதர்கள், சாலைப் போக்குவரத்து மற்றும்

கால்நடை மேய்ச்சல் ஆகியவற்றினால் ஆக்கிரமிப்பு தாவரங்கள் பல்கிப் பெருகுகின்றன.

2015-ம் ஆண்டில் மேற்குத் தொடர்ச்சி மலையின் வால்பாறை பகுதியில் நடத்தப்பட்ட ஆய்வில், குரோமோலேனா ஓடோராட்டா, லந்தானா மற்றும் தோட்ட மரமாக அறிமுகமான குடை மரம் எனப்படும் மீசோப்சிஸ் எமினி (Siam weed, Þ, lantana & umbrella tree ***Maesopsis eminii***) ஆகியவற்றினால் அச்சூழலின் இயல் தாவரங்களுக்கு உண்டாகியிருக்கும் குறிப்பிடத்தக்க இடையூறுகள் கண்டறியபட்டன. இது சமீபத்திய ஒரு முக்கிய உதாரணம்.

2017-ம் ஆண்டில் மேற்கொள்ளப்பட்ட ஓர் ஆய்வு இந்தியாவில் மட்டும் சுமார் 200-க்கும் மேற்பட்ட ஆக்கிரமிப்புத் தாவர இனங்கள் உள்ளதால், உலகிலேயே அதிக எண்ணிக் கையிலான ஆக்கிரமிப்புத் தாவரங்களைக் கொண்ட பிராந்தியங்களில் ஒன்றாக இந்தியாவையும் சுட்டுகின்றது. முன்னர் குறிப்பிட்ட உன்னிச்செடி என்கிற லந்தானாவுடன், பார்த்தீனியம், சியாம் களை, மெக்ஸிகன் பிசாசு (ஏகெரடினா அடினோஃபோரா – **Ageratina adenophora**) மற்றும் கருவேலம் (புரோசோபிஸ் ஜூலிஃப்ளோரா –**Prosopisjuliflora**) ஆகியவை இந்தியாவின் மிகவும் மோசமான ஆக்கிரமிப்புகளில் சில. வெங்காயத் தாமரை (ஐக்கோர்னியா கிராசிப்ஸ் – **Eichhornia crassipes)** பல உள்நாட்டு நீர்நிலைகளை முற்றிலும் ஆக்கிரமித்துள்ளது. பொன்னாங்கண்ணி கீரையைப் போலவே இருக்கும் அலிகேட்டர் களையான (ஆல்டர்னென்திரா பிலோக்ஸிராய்டெஸ் – **Alternanthera philoxeroides)** இந்தியாவில் நீர்வாழ் மற்றும் நிலப்பரப்பு வாழ்விடங்களை வெகுவாக ஆக்கிரமித்திருக்கிறது.

சமீபத்தில் விரைவாக வளரும், அழகிய நேரான தோற்றம் கொண்டிருக்கும் என்பதால் பலராலும் விரும்பி வளர்க்கப்படுகிற கோனோகார்பஸ் என்னும் சோமாலியாவின் சிறு மரம் ஒன்று ஆக்கிரமிப்பு மரமாகி இருக்கிறது. வளைகுடா நாடுகளில் இதைத் தீவிரமாக அகற்றிக் கொண்டிருக்கிறார்கள். குஜராத் வனத்துறை இவற்றை அழிக்கும் முயற்சியில் இருக்கிறார்கள். எனினும் இந்தியாவின் பல மாநிலங்களில் இம்மரம் நகரங்களை அழகாக்க சாலையோரங்களில் அதிகமாக வளர்க்கப்படுகிறது.

நிலத்தடி நீரை அதிகம் உறிஞ்சிக்கொண்டு மனிதர்களுக்குச் சுவாசக்கோளாறுகளை உருவாக்கும் மகரந்தங்களை ஏராளமாக உருவாகிக்கொண்டிருக்கும் இந்த மரமும் உடனடி கவனம் கோருமொன்று.

இவற்றில் மிகக் குறிப்பிட்டுச் சொல்லும்படியான உலகளாவிய இடையூறுகளைக் கொடுத்துக் கொண்டிருப்பது பார்த்தீனியம் களைச்செடி. இதன் அறிவியல் பெயர் – *Parthenium hysterophorus* L.

கேரட் களை, காங்கிரஸ் களை, வெள்ளைத் தொப்பிக் களை, நச்சுப் பூண்டு எனப் பல பெயர்களில் அழைக்கப்படும் இந்தப் பார்த்தீனியம் சூரியகாந்தி குடும்பமான அஸ்டரேசியைச் (Asteraceae) சேர்ந்தது. ஆண்டுக்கொரு முறை பூத்துக் காய்க்கும் களைச்செடி.

மத்திய அமெரிக்காவைச் சேர்ந்த இது விவசாய நிலங்களில் தரிசு நிலங்களில் மற்றும் சாலையோரங்களில் காணப்படும் மிக மோசமான களைச் செடிகளில் ஒன்று. பார்த்தீனியம் ஆற்றங்கரைகளிலும், சதுப்பு நிலங்களிலும், கடற்கரையிலும், வீட்டுத் தோட்டங்களிலும், வறண்ட நிலப்பரப்புகளிலும் என எங்கெங்கும் பரவி வளரும் ஓர் ஆக்கிரமிப்பு அயல் களைச் செடியாகும் (Invasive, exotic weed).

பார்த்தீனியம் இந்தியா முழுக்க விவசாய நிலங்களுக்கும் விலங்குகளுக்கும் மனிதர்களுக்கும் சூழலுக்கும் பெரும் அச்சுறுத்தலாக இருக்கிறது. முற்றிலும் இவற்றை அழிக்க முடியவில்லை. ரசாயன களைக்கொல்லிகள் உபயோகித்தும் அழியவில்லை. சூழல் இன்னும் மாசுபட்டது. அதை உண்ணும் வண்டுகளை மெக்சிகோவிலிருந்து வருவித்தும் பலனில்லை. ஆடு மாடுகளுக்கு அளிக்கப்படும் தீவனத்தில் கொஞ்சம் கொஞ்சமாகக் கலந்து கொடுத்து உயிரியல் கட்டுப்பாட்டுக்கு முயற்சி செய்தும் தோல்வி. தீ வைத்து எரிப்பது, உப்பு நீரைத் தெளிப்பது என்று எல்லா முயற்சிகளுக்கும் அசையவே இல்லாமல் உலகின் எல்லா கண்டங்களிலும் பரவி உலகின் மோசமான களைச்செடிகளின் பட்டியலில் இருக்கிறது.

கன்னிமை, கருவறை கொண்டிருக்கும் எனப் பொருள்படும் இதன் அறிவியல் பெயரான *Parthenium hysterophorus*, எங்கெங்கும் அழிக்க முடியாதபடிக்கு விரைவாகப் பெருகிக்

கொண்டிருக்கும் இதன் இயல்பினால் வைக்கப்பட்டது. இந்தியா உள்ளிட்ட பல நாடுகளின் அடர்வனங்களில் கூடக் காட்டுசெடிகளை அழித்துவிட்டு அவை வளர வேண்டிய இடங்களில் எல்லாம் பார்த்தீனியம் பெருகிக்கொண்டே இருக்கிறது. பாலாடை நிறத்தில் சின்னச் சின்ன வெள்ளை நட்சத்திரப் பூக்களுடன் அழகிய, ஆனால் ஆபத்தான ஆக்ர மிக்கும் களையான இதை, மிக வேகமாகப் பரவும் களையாக ஆப்பிரிக்காவில் முதலில் 1880–ல் கண்டறிந்திருக்கிறனர். அதன்பின்னர் இது உலகெங்கிலும் பரவத் தொடங்கி இருக்கலாம் என்று கருதப்படுகிறது.

அமெரிக்காவில் அதிகமாக இருக்கும் உணவுத் தானியங் களை, அப்போதைய டாலர் மதிப்புக்கு இணையான இந்திய ரூபாய்களில் 50 சதவீதமும், கூடுதலாகக் கடல் வழிச்செலவும் கொடுத்து வாங்கும் Public Law 480 எனப்படும் PL 480 அமெரிக்க இந்தியப் பொருளாதார ஒப்பந்தத்தின் பேரில் கப்பலில் வந்த கோதுமை மணிகளுடன் கலந்து பார்த்தீனிய விதைகளும் 1910–ல் இந்தியாவுக்கு வந்தது. நம்மிடமிருந்து IPKF ராணுவத்தினருக்கு உணவுக்கென 1987–ல் அனுப்பி வைக்கப் பட்ட செம்மறியாடுகளின் உடலில் ஒட்டிக்கொண்ட விதை களின் மூலம் இலங்கைக்குப் போனது.

ஆனால் தாவரவியல் ஆவணங்களில் பார்த்தீனியம் இந்தியாவில் 1810–லிருந்தே காணப்பட்டதற்கான சான்றுகளாக அப்போது பாடம் செய்யப்பட்டு பாதுகாக்கப்பட்டிருக்கும் உலர்த்தாவரங்கள் எனப்படும் ஹெர்பேரியங்களும் இருக்கின்றன என்றாலும் அப்போது இதன் பரவல் கட்டுப்படுத்தப்பட்டதாக இருந்திருக்கலாம். விதைகளின் மூலம் அமெரிக்காவிலிருந்து ஆப்பிரிக்கா மற்றும் ஆசியாவிற்கும் இவை பரவின.

உடல் முழுவதும் மென்மையான ரோமங்களைக் கொண்டி ருக்கும் கிளைகளுடன், 2 மீட்டர் உயரம் வரை நேராக வளரும் இயல்புடைய, 320 செமீ நீளமும் 210 செமீ அகலமும் உடைய, விளிம்புகளில் ஆழமான கிழிசல்கள் போன்ற மடிப்புகள் இருக்கும் மாற்றடுக்கு இலைகளும், 4 மி.மீ அளவுள்ள நட்சத்திரம் போன்ற மலர்த்தலையையும் (floral heads) ஏராள மான மிருதுவான கருப்பு விதைகளையும் கொண்டது பார்த்தீனியம்.

சாம்பல் பச்சை நிறத்தில் இருக்கும் பார்த்தீனியம் நல்ல நெடியுடையது, இவற்றின் ஆணிவேர்த் தொகுப்பு ஆழமானது. முதிர்ந்த செடிகளின் இலைகளின் அளவு, இளம் செடிகளின் இலைகளைவிடச் சிறியதாகக் காணப்படும். ஒரு சிறிய தாவரம் 800-க்கும் மேற்பட்ட மலர்த் தலைகளை உருவாக்கும். மலர்த் தலைகளில், 5 இதழ்களைக் கொண்டிருக்கும் நுண் மலர்கள் நிறைந்திருக்கும், ஒவ்வொரு மலரும் கைப்செல்லா எனப்படும் கனிகளையும், அவற்றினுள் 22.5 மி.மீ அளவுள்ள நீள் முட்டை வடிவ அக்கீன்கள் எனப்படும் விதைகளையும் உருவாக்கும்.

பிற சூரியகாந்தி குடும்பச் செடிகளில் சாதாரணமாகக் காணப்படும் விதைகள் பரவ வகை செய்யும் மெல்லிய நூலிழைகள் போன்ற பேப்பஸ் (Pappas) இதில் இருக்காது. இதன் விதைகளின் முளைப்புத் திறன் 85%.

பார்த்தீனியத்தில் தூய வெள்ளை நிற மலர்களைக் கொண்டிருப்பது, வடஅமெரிக்க இனமாகவும் சற்று பழுப்பு அல்லது மஞ்சள் கலந்த பழுப்பு நிற மலர்களைக் கொண்டிருப்பது தென் அமெரிக்க இனமென்றும் அறியப்பட்டுள்ளது.

மேலும் ஆஸ்திரேலியாவில் பரவும் வேகத்தில் வேறுபடும் இரண்டு வகைகள் – Biotypes உள்ளன. Toogoolawah biotype வகையானது முளைத்து வளரும் இடத்திலிருந்து அதிகபட்சமாக 10 கிலோமீட்டர் தூரத்திற்கு மட்டும் பரவுகிறது. ஆனால் Clermont biotype அதிகபட்சமாக 520, 522 km$^2$ வரை பரவுகிறது. இவ்விரண்டிற்கும் இடையே விதை முளைப்புத்திறன், மகரந்த சேர்க்கையின் வழிமுறைகள் உள்ளிட்ட நுட்பமான மாறுபாடுகளும், மரபுரீதியான மாற்றங்களும் உள்ளன.

பார்த்தீனியம் விதைகளின் மூலம் மட்டுமே இனப்பெருக்கம் செய்யும். தண்டுகள் அல்லது வேர்களிலிருந்து இவை இனப் பெருக்கம் செய்வதில்லை. விதைகள் ஏராளமாக உற்பத்தி செய்யப்படுகிறது. சாதாரண அளவில் இருக்கும் ஒரு செடி 15 லிருந்து 20 ஆயிரம் வரைக்கும் விதைகளை உருவாக்குகிறது. பெரிய புதர்ப் போன்ற செடி 1 லட்சம் விதைகளுக்குமேல் உருவாக்குகின்றது.

இவற்றின் ஒவ்வொரு மலர்க்கொத்திலிருந்தும் சுமாராக 168, 192 என்னும் அளவில் 15 – 20 μm அளவுள்ள உருண்டையான மகரந்தத் துகள்கள் உருவாகின்றன. அதாவது ஒரு

செடியிலிருந்து சுமார் 624 மில்லியன் அளவில் உருவாகும். மகரந்தத் துகள்கள், காற்று மண்டலத்தில் எப்போதும் காணப்படுகின்றன.

நிலத்தின் மேற்பரப்பில் விழும் விதைகள் உடனே முளைத்து விடுகின்றன. ஆழப்புதைந்து விடுபவை 610 வருடங்கள் வரை முளைக்கும் திறனுடன் காத்திருக்கின்றன. செம்மண், கறுப்பு, களிமண் அமிலத்தன்மை அதிகம் உள்ளவை, காரத்தன்மை அதிகம் உள்ளவை, வண்டல் மண் என எல்லா வகையான மண்ணிலும் இவை செழித்து வளரும். எந்த உயரத்திலும், எந்தத் தட்பவெப்பத்திலும் மழைப்பொழிவு நன்றாக இருக்கும் இடங்களிலும், குறைவாக இருக்கும் இடங்களிலும், எங்கும் பார்த்தீனியம் வளரும். 2002-ல் நடந்த ஒரு ஆய்வில் 10 வருடங்கள் கழித்து முளைத்த பார்த்தீனிய விதைகளைக் குறித்துச் சொல்லப்பட்டிருக்கிறது.

பார்த்தீனியம் அருகிலிருக்கும் செடிகளை அழிக்கும் அல்லது வளர்ச்சியைப் பாதிக்கும் சில வேதிப்பொருட்களைச் சுரந்து மண்ணில் கலப்பதால் அதனருகில் பெரும்பாலும் பிற தாவரங்கள் வளருவதில்லை (allelopathic effects).

தற்சமயம் இந்தியாவில் பார்த்தீனியம், பருத்தி, கரும்பு, கத்தரி, கொண்டைக் கடலை, வெண்டை, எள் ஆகியவற்றையும், பழ மரங்கள், முந்திரி, திராட்சை ஆகிய பயிர்களின் விளைச்சலையும் பெருமளவு குறைத்துவிட்டது.

ஆஸ்திரேலியாவின் குவின்ஸ்லாந்திலும் மேய்ச்சல் நிலங்களில் வனப்பகுதிகளில் இவையே ஆக்கிரமித்திருக்கின்றன.

எத்தியோப்பியாவில் சோளம், உருளைக்கிழங்கு வெங்காயம், கேரட், எலுமிச்சை, வாழை. பாகிஸ்தானில் சோளம், மக்காச் சோளம் கோதுமை, அரிசி, கரும்பு, பூசணி மற்றும் தர்பூசணி, மெக்சிகோவில் பெரும்பாலான காய்கறி மற்றும் உணவுப் பயிர்களின் வளர்ச்சியை இக்களைச்செடி பெருமளவில் பாதித் திருக்கிறது. பயறு வகைத் தாவரங்களின் (Legumes) வேர் முடிச்சுகளில் இருக்கும் வளிமண்டல நைட்ரஜனை நிலை நிறுத்தும் பாக்டீரியாக்களின் செயல்பாட்டைப் பார்த்தீனியம் குறைப்பதும் கண்டறியப்பட்டுள்ளது.

ஆனால் விந்தையாக Bursera மற்றும் மிகப் பெரியதாக வளரும் Ipomoea தாவரங்களுடன் இணைந்து அவற்றை எந்தப் பாதிப்பிற்கும் உள்ளாக்காமல் பார்த்தீனியம் வளர்கிறது. இயற்கையில் உயிர்களுக்குள் இருக்கும் இப்படியான புரிதலை மனிதனால் விளங்கிக் கொள்ளவே முடிவதில்லை.

இவற்றின் விதைகள் காற்று, நீர்ப்பாசனம், வாகனப் போக்கு வரத்து, மனிதச் செயல்பாடுகள், தீவனப் பயிர்கள், விலங்குகள், விலங்குக் கழிவுகள், விவசாய இயந்திரங்கள் என்று பலவற்றின் வழியாகவும் பரவுகிறது.

கட்டிடப் பணிகளுக்குக் கொண்டுவரப்படும் மணல் மற்றும் மண் ஆகியவற்றிலிருந்து நகர்ப்புறங்களுக்குப் பார்த்தீனியம் பரவுகிறது. கண்டங்களுக்கிடையேயான பரவல் பெரும்பாலும் இறக்குமதி செய்யப்படும் விவசாய இயந்திரங்களில் ஒட்டி இருக்கும் விதைகளின் மூலம் நிகழ்ந்திருக்கிறது.

பார்த்தீனியச் செடியின் எல்லாப் பாகங்களிலும் காணப் படும் caffeic acid, ferulic acid, vanicillic acid, anisic acid, fumaric acid, sesquiterpene lactones, parthenin, hymenin ஆகிய வேதிப் பொருட்களே பிற உணவு மற்றும் தீவனப் பயிர்களின் அழிவுக்குக் காரணமாகின்றன.

மேய்ச்சல் நிலங்களை ஆக்ரமித்துள்ள பார்த்தீனியம் கால்நடைகளின் ஆரோக்கியம், பால் உற்பத்தி, இறைச்சியின் தரம் ஆகியவற்றிலும் பாதிப்புகளை உண்டாக்கியுள்ளது. கால் நடைகளுக்குப் பார்த்தீனியத்தின் sesquiterpene lactone, parthenin, ஆகியவை தோல் வியாதிகளையும், குடல் பிரச்சனைகளையும் ஏற்படுத்துகின்றது. பார்த்தீனியத்தை நுகரும், சிறிதளவு அவற்றின் பசுந்தழைகளை உண்ணும் கால்நடைகளின் இறைச்சியிலும், பாலிலும், தேனிலும் கூடப் பார்த்தீனியத்தின் வேதிப்பொருட்கள் இருக்கின்றது.

பார்த்தீனியத்திற்கு இயற்கையில் கொன்று தின்னும் எதிரிகள் (Predators) இல்லையென்பதாலும், கால்நடைகள் இதன் இலைகளை எப்போதாவது மிகக் குறைவாகவே உண்ணு வதாலும், இவை சுரக்கும் நஞ்சினால் பிற தாவரங்கள் அந்நிலத்தில் வளர முடியாமலாவதாலும், இவை உருவாக்கும் ஏராளமான மகரந்தம் மற்றும் விதைகளின் பரவலாலும்,

உலகெங்கிலும் இவற்றின் வளர்ச்சி கட்டுப்படுத்த முடியாத அளவில் பெருகிக்கொண்டே இருக்கிறது. உணவுச் சங்கிலியில் பெரும் மாற்றங்களை உருவாக்கும் பார்த்தீனியத்தினால் சூழல் சமநிலையும் பெருமளவில் பாதிப்புக்குள்ளாகிவிட்டிருக்கிறது

பார்த்தீனியப் பெருகல், மண் வளத்தைப் பெருமளவு குறைத்து, இயல் தாவரங்களின் வளர்ச்சியையும் மிக மிகக் குறைத்து விட்டிருக்கிறது. மழை மற்றும் பாசன நீரில் கழுவி வரப்படும் இவற்றின் நச்சுப்பொருட்கள் நீர்நிலைகளில் கலந்து அங்கிருக்கும் தாவர விலங்கினங்களையும் பாதிக்கின்றது.

மனிதர்களுக்கும் சுவாசப் பிரச்சனை, தோலழற்சி உள்ளிட்ட பல ஒவ்வாமைகளை ஏற்படுத்துகின்றது. பார்த்தீனிய ஒவ்வா மைக்கான சிகிச்சைகளும் மருந்துகளும் இன்னும் கண்டு பிடிக்கப்படாததால் இதனால் உண்டாகும் நோய்களின் தீவிரம் இன்னும் கூடியிருக்கிறது.

கர்நாடக மாநிலம் பெங்களூருவில் 7 சதவீத மக்கள் பார்த்தீனிய ஒவ்வாமை உள்ளவர்களாக இருக்கிறார்கள். இச்செடியிலிருக்கும் ஈரலைப் பாதிக்கும் நஞ்சான Parthenin செம்பு உலோகத்துடன் வினைபுரிந்து இந்தியக் குழந்தைகளின் ஈரல் செயலிழப்பு நோயை Indian Childhood (Cirrhosis (ICC)) உண்டாக்குகின்றதாகவும் ஆய்வுகள் தெரிவிக்கின்றன. தோல் அழற்சி, சளி, கண்ணில் நீர் வடிதல், கண் எரிச்சல், அரிப்பு, ஆஸ்துமா ஆகியவை பார்த்தினியத்துடன் நேரடித் தொடர்பில் இருக்கும் 50 சதவீதம் மக்களுக்கு அதன் மகரந்தத்தால் உண்டாகிறது.

இக்களைச் செடியை இயற்கையான முறையில் அழிக்கக் கடந்த 20 வருடங்களாகப் பல முயற்சிகளும், ஆய்வுகளும் செய்யப்பட்டு வருகின்றன. இலை வண்டான Zygogramma bicolorata மற்றும் தண்டு துளைக்கும் அந்துப்பூச்சியான Epiblema strenuana, பக்ஸினியா (Puccinia) என்னும் ஒருவகை பூஞ்சை ஆகியவை பார்த்தீனியத்தின் இயற்கை எதிரிகளாகக் கருதப்படுகின்றன. ஆஸ்திரேலியாவில் சூரியகாந்தி செடிகளைத் தாக்கும் வண்டுகளான Pseudoheteronyx sp மற்றும் இந்தியாவில் சணல் அந்துப்பூச்சி எனப்படும் Diacrisia obliqua எனப்படும் சணல் அந்துப்பூச்சி மற்றும் அவற்றின் புழுக்கள் பார்த்தீனி யத்தை உண்ணுகின்றன.

இந்தியாவிலும், க்யூபாவிலும் தக்காளி மற்றும் உருளைக் கிழங்குகளைத் தாக்கும் (Tomato yellow leaf curl virus, Potato X virus and Potato Yvirus) வைரஸ்களும் பார்த்தீனியத்தைத் தாக்குகின்றன. ஆனால் இவற்றால் குறிப்பிட்டுச் சொல்லும் படியான வளர்ச்சிக் குறைப்பைச் செய்ய முடியவில்லை.

இச்செடிகள் பூக்கும் காலத்துக்கு முன்னரே வேருடன் பிடுங்கி நெருப்பிட்டு அல்லது குழி தோண்டி புதைத்து அழிப்பது அவற்றைக் கட்டுப்படுத்தும் ஒரே சிறந்த வழியாகும்.

இக்களைச் செடிகளின் பரவலால் நிலத்தின் மதிப்பு வெகுவாகக் குறைந்திருக்கும் எத்தியோப்பியாவில் பார்த்தீனியக் களை கட்டுப்பாடுகளைக் குறித்து தொலைக்காட்சி,வானொலி, சுவரொட்டிகள் மற்றும் கருத்தரங்குகள் மூலம் விழிப்புணர்வு ஏற்படுத்தப்படுகிறது.

ஆஸ்திரேலியாவில் குவின்ஸ்லாந்தில் இக்களை உடனடியாக அழிக்கப்பட வேண்டிய P2 பிரிவின் கீழ் இருக்கிறது. விவசாய தரக் கட்டுப்பாட்டு விதிகளின் பேரில் பார்த்தீனிய விதை களைக் கொண்டுவரும் வாகனங்களுக்கும் இங்கு தடை விதிக்கப்படுகிறது, பிற விதைகளுடன் பார்த்தீனிய விதைகள் கலந்துவிடாமல் இருக்கவும் கவனம் செலுத்தப்படுகின்றது.

கென்யாவின் நச்சுக்களை சட்டம் (Noxious Weeds Act of 2010) நில உரிமையாளர்களை அவரவர் நிலங்களிலிருந்து பார்த்தீனியத்தை முற்றிலும் அழிக்கச் சொல்லுகின்றது.

இந்தியா உள்ளிட்ட பல நாடுகளில் இந்த நச்சுக்களையின் பரவலைக் கட்டுப்படுத்த இப்படியான எந்தச் சட்டபூர்வமான கட்டுப்பாடுகளும், விதிகளும் இல்லை.

ஆவாரை, யூகலிப்டஸ், வேம்பு ஆகியவற்றின் இலைச்சாறு பார்த்தீனியத்தின் முளை திறனையும், வளர்ச்சியையும் ஓரளவி ற்கு மட்டுப்படுத்துகிறது. இந்தியாவில் பல கிராமங்களில் பார்த்தீனியத்தை வேருடன் பிடுங்கி குழிதோண்டி கல் உப்பிட்டு புதைத்துவிட்டு அவ்விடங்களில் ஆவாரையை வளர்க்கும் வழக்கம் கடைப்பிடிக்கப்படுகின்றது. இம்முறையில் பார்த்தீனிய வளர்ச்சியைப் பெருமளவில் கட்டுப்படுத்தலாம். சமையல் உப்பை நீரில் கரைத்து நல்ல வெயில் நேரத்தில் இவற்றின்மீது தெளிப்பதால் இவற்றை ஓரளவுக்குக் கட்டுப்படுத்தலாம்.

இயற்கை முறைகள் முற்றிலும் தோல்வியுறும் சமயங் களில் atrazine, dicamba, 2,4-D, picloram and glyphosate போன்ற ரசாயனங்கள் பார்த்தீனியத்தைக் கட்டுப்படுத்த உபயோகப் படுத்தப்படுகின்றன. பிற களைகளுக்குப் பொதுவில் உபயோகப் படுத்தப்படும் களைக்கொல்லிகளான imazapyr, oxadiazon, oxyfluorfen, pendimethalin thiobencarb ஆகியவையும் பார்த்தீனி யத்தை ஓரளவுக்குக் கட்டுப்படுத்துகின்றன.

இதன் ஒரு சில பயன்களாக இதை மட்கச் செய்து உரமாகப் பயன்படுத்தலாம் என்பதையும், இதன் நச்சுத்தன்மையுள்ள வேதிப்பொருட்களைக் கொண்டு பூச்சிக்கொல்லி மருந்து களைத் தயாரிக்கலாமென்பதையும் சொல்லலாம்.

இப்பூமியில் பயனற்ற தாவரங்களே இல்லையென்பதால் களைச்செடிகளை 'A right plant in the wrong place' எனத் தாவர அறிவியல் குறிப்பிடுகின்றது. ஆனால் பார்த்தீனியம் எல்லா நாடுகளிலுமே 'wrong plant in the right place' தான்.

ஆதாரங்கள், உதவிய கட்டுரைகள்:

1. https://blog.invasive-species.org/2018/05/30/parthenium-controlling-the-worlds-most-destructive-toxic-weed/

2. http://ecoursesonline.iasri.res.in/mod/page/view.php?id=71854

3. https://vikaspedia.in/agriculture/crop-production/integrated-weed-management/biological-control-of-parthenium

4. https://pubmed.ncbi.nlm.nih.gov/755653/#:~:text=Partheni um%20allergy%20is%20caused%20by%20direct%20and%20 indirect,by%20the%20optimal%20environmental%20conditions%20of%20this%20country.

# காகித மலர் - ழான் பாரே

இன்றிலிருந்து ஏறத்தாழ 250 வருடங்களுக்கு முன்னர் பிப்ரவரி 1, 1766 அன்று பாரிஸின் ரோஷ்ஃபோ (Rochefort) துறைமுகத்திலிருந்து பூடேஸ் (Boedeuse) என்னும் கடற்படைக் கப்பலும் அதற்குத் தேவையான எரிபொருள்கள் மற்றும் உணவுகளுடன் இன்னுமொரு சிறிய கப்பலான எட்வாலும் (Etoile) இணைந்து ஒரு புதிய தேடல் பயணத்தைத் துவங்கின.

102 அடி நீளமும் 33 அடி அகலமும் கொண்ட எட்வால், 480 டன் எடை கொள்ளும்; எட்டு அதிகாரிகள் மற்றும் 108 பணியாளர்கள் அதிலிருந்தனர்.

பூடேஸ் மிக உயரமான பெரிய விரைவுக் கப்பல், அதைத் துறைமுகங்களில் நிறுத்துகையில், கட்டிவைக்கவே 25 மைல் களுக்கு மேல் கயிறு தேவைப்பட்டது.

அப்போது ஃப்ரான்ஸின் கடற்படை கப்பல் பயணங்களில் பெண்கள் பயணிக்கச் சட்டப்படி தடை இருந்ததால், இரண்டு கப்பல்களிலும் சேர்த்து 400 ஆண்கள் மட்டும் இருந்தனர். இந்தப் பயணத்தின் தளபதி, ஒரு சிறந்த விஞ்ஞானி, கணிதவியலாளர், சிப்பாய், மீகாமன், இராஜதந்திரி மற்றும் ஃப்ரான்ஸின் அரசரான பதினைந்தாம் லூயியின் நண்பருமான 'லூயி ஆன்ட்வான் டு பூகென்வீயெல.'

"இண்டீஸ் மற்றும் அமெரிக்காவின் மேற்கு கடற்கரைகளுக்கு இடையில் உள்ள நிலங்களை ஆராயுங்கள், நமது சேகரிப்புக் களும் கண்டுபிடிப்புகளும் மிகச் சிறந்ததாக இருக்க வேண்டும். மேலும் ஃப்ரான்சுக்குப் பயனுள்ளதாக இருக்கும் எதையும் கையகப்படுத்த வேண்டும்..." இதுவே பூகென்வீயெல கப்பல் பயணிகளுக்கும் பணியாளர்களுக்கும் பயணத்தின் துவக்கத்தில் சொன்னது.

இந்தப் பயணத்திற்குச் சில ஆண்டுகளுக்கு முன்பு, (1756–1763)–ல் நடந்த பிரெஞ்சு (அமெரிக்க) இந்தியப் போரில், ஃப்ரான்ஸ் வட அமெரிக்காவில் தனது நிலப்பரப்பை

இழந்திருந்தது. இங்கிலாந்துடன் நடந்த போர்களின்போது இழந்த பெருமைகளை மீண்டும் பெற விரும்பிய ஃப்ரான்ஸ், உலகெங்கிலும் பயணம் செய்வதற்காகத் துவக்கிய பல கடற்பயணங்களில் இதுவே முதலாவது. தென் பசிஃபிக் பகுதியில் காலனித்துவ புறக்காவல் நிலையங்களை நிறுவுவதும் இப்பயணத்தின் ஒரு ரகசிய குறிக்கோளாக இருந்தது.

18-ம் நூற்றாண்டின் பிற்பகுதியிலும், 19-ம் நூற்றாண்டின் முற்பகுதியிலும் கடல் பயணங்களை மேற்கொள்வது என்பது மிகவும் ஆபத்தானதாகவே இருந்தது. சென்று சேர வேண்டிய இடத்தை அடைவதில் நிலவிய நிச்சயமற்றத்தன்மையும், உணவுப் பற்றாக்குறை, விபத்து, நோய் மற்றும் கடல்கொள்ளை ஆகியவற்றின் அச்சுறுத்தல்களும் எப்போதும் இருந்தன.

13-ம் நூற்றாண்டில் இருந்துதான் புவியியல், வானியல், தாவரவியல், விலங்கியல், கடல்சார்வியல், வானிலை ஆய்வு ஆகியவற்றிற்கான முன்னெடுப்புகளுக்காகக் கடற்பயணங்கள் அதிக அளவில் ஒருங்கிணைக்கப்பட்டன.

அறிவியல் ஆய்வின் புதிய சகாப்தம் 17-ம் நூற்றாண்டின் பிற்பகுதியில்தான் தொடங்கியது. அறிவியல் சங்கங்களை நிறுவி, இயற்கை வரலாற்றாசிரியர்கள், பத்திரிகைகளில் வெளியிட்ட ஆராய்ச்சிக் கட்டுரைகள் பெரும் புகழை பெறத் துவங்கியிருந்த காலமும் அதுதான். எனவே உலகின் ஆராயப்படாத பகுதிகளின் தாவரங்களையும் விலங்குகளையும் கண்டுபிடித்து ஆய்வுசெய்யப் பிற நாடுகளைப் போலவே ஃப்ரான்ஸும் விழைந்தது.

பயணத்தின் மற்றொரு குறிக்கோள், ஃப்ரெஞ்சு தோட்டங்களுக்கான உணவுப் பயிர்கள், மருந்துகள் மற்றும் அழகிய மலர்ச்செடிகளைக் கண்டுபிடிப்பதாகும். ஏனெனில் தோட்டக் கலை அப்போது வெகுபிரபலமாக இருந்தது.

இந்தக் கப்பல் பயணத்துக்குச் சில மாதங்கள் முன்பாக, ஃப்ரான்ஸில் பூங்காவொன்றின் பசுமை போர்த்தியிருந்த நடைபாதையில் ஓங்குதாங்கான ஆகிருதியுடனிருந்த தாவரவியலாளர் ஃபிலிபேர் கம்மர்சனிடம் அவரது உதவியாளரான ஒல்லியான உயரமான 'பாரே' ஆயிரமாவது முறையாகக் கேட்டார், "நீங்கள் உறுதியாகத்தான் சொல்லுகிறீர்களா?

பிடிபட்டால் இருவருமே சிறைக்கு செல்ல வேண்டியிருக்கும் என்பதை அறிந்திருக்கிறீர்களா?"

கம்மர்சன் பதிலுக்கு, "இல்லை, பிடிபட வாய்ப்பேயில்லை. உன்னால் இதைத் திறம்பட செய்ய முடியும். எனக்காகச் செய்யமாட்டாயா இதை?" என்றார். பாரேயிடமிருந்து சிறிதும் தயக்கமின்றி பதில் வந்தது. "நிச்சயம், உங்களுக்காக நான் எதையும் செய்வேன்."

பின்னர் சில நாட்களிலேயே கம்மர்சன் பாரேயிடம், "பிரெஞ்சு அரசால் அங்கீகரிக்கப்பட்ட தாவரவியலாளர்கள் என்ற வகையில், என்னுடையதுடன், உன் பெயரையும் உலகெங்கிலும் செல்லப்போகும் ஒரு பயணத்துடன் இணைத்திருக்கிறேன்" என்றார்

"புகழ்பெற்ற லூயி ஆண்ட்வான் டி பூகென்வீயெலயின் தலைமையில் ஒரு பயணம்" என்ற பாரே புன்னகையுடன் கூறினார், "நிச்சயமாக. எனக்கிது ஒரு பெரிய மரியாதை, அத்தகைய பெரிய அட்மிரல் மற்றும் ஆராய்ச்சியாளருடன் இணைந்திருப்பதும், உங்களுடன் பயணிப்பதும்."

ரோஷ்ஃபோ துறைமுகத்தில் பூகென்வீயெலயின் தலைமை யிலான தேடல் பயணத்தில் பாரே மற்றும் கம்மர்சன் இணைந்தனர். கம்மர்சன் முதலிலும், கப்பல் புறப்படுவதற்கு சற்று முன்னர் கம்மர்சனுக்கு அறிமுகமற்றவர் போலப் பாரேயும் வந்து, அவருக்கு அந்தப் பயணத்தில் உதவியாளனாக இருக்க 3 ஆண்டுகளுக்கு ஒத்துக்கொண்டு கையெழுத்திட்டு பயணத்தில் இணைந்தார்.

தாவரங்களைச் சேகரிக்கவும், உலரவைத்து பாடமாக்க வுமான ஏராளமான உபகரணங்களைக் கம்மர்சன் கொண்டு வந்திருந்ததால், அவர்கள் இருவரும் எட்வாலில் பயணம் செய்யும்படி ஏற்பாடானது.

எட்வால் கப்பலின் கேப்டன் 'ஃப்ரான்சுவா செனார்ட் டி லாக்கிராடாய்ஸ்', கப்பலில் தனக்கான கழிப்பறையுடன் இணைந்திருந்த பெரிய அறையைக் கம்மர்சன் மற்றும் அவரது புதிய 'உதவியாளருக்கு' விட்டுக் கொடுத்தார்.

முதல் சில மாதப் பயணத்தில் சொல்லிக் கொள்ளும்படியான சேகரிப்புகளும், கண்டுபிடிப்புகளுமின்றி பயணம் சாதாரண

மாகவே இருந்தது, வழியில் பல இடங்களில் கப்பல் கரை யணைந்து கொண்டே இருந்தது.

கப்பல் கரை சேரும் போதெல்லாம், நிலப்பரப்பில் கம்மர்சனும், பிற பயணிகளும் எளிதில் செல்ல முடியாத இடங்களுக்குப் பாரே துணிந்து சென்றார். அவர்களால் சுமக்க முடியாத பல சுமைகளை எளிதாக அவர் எடுத்துச் சென்றார். கம்மர்சனுக்குத் தேவையான அனைத்தையும் முன்னின்று அதிக அக்கறையுடன் செய்துவந்தார். பெரும்பாலான கரை யணைதல்களில், நோய்வாய்ப்பட்டிருந்த கம்மர்சனை ஓய்வெடுத்துக் கொள்ளச் சொல்லிவிட்டு பாரே தானே தாவரங்களை ஆராய்ந்து, குறிப்பெடுத்து, அவற்றை உலர்த்தி, பாடமாக்கி, சேகரிப்பதைச் செய்தார்.

கப்பல் ரியோ த ஹனைரோ சென்றபோது, அங்கிருந்த கடுமையான வன்முறை நிறைந்த சூழலில் எட்வால் கப்பலின் பாதிரி ஒருவர் கொல்லப்பட்டிருந்தார். அப்படியும் பாரே அங்கிருந்து முக்கியமான பல நூறு தாவரங்களைச் சேகரித்தார்.

ஜூன் 21, 1767-ல் தென் அமெரிக்காவின் ரியோ த ஹனைரோவின் எல்லையில் உள்ள கடற்கரையில், கம்மர்சன் காலில் இருந்த ஆறாக் காயத்திற்கான பெரிய கட்டுடன் நாற்காலியில் அமர்ந்துகொண்டிருந்தார்,

கடலை ஒட்டி வளர்ந்திருந்த புதிய பல தாவரங்களைக் கத்தரித்து மரக்கட்டைகளால் உருவாக்கப்பட்டிருந்த அழுத்தும் கருவிகளில் வைத்துப் பாரே பாதுகாத்துக் கொண்டிருந்தார்.

திடீரெனப் பாரே ஒரு கொடியைத் துண்டித்துக் கொண்டு வந்து உற்சாகமாய், "இங்கே பாருங்கள், இது எத்தனை அழகு" என்று கூவினார்.

பாரே கொண்டு வந்த பளபளக்கும் இலைகளைக் கொண்டிருந்த நீண்ட உறுதியான கொடியையும் அதன் பிரகாசமான காகிதங்களைப்போல இருந்த இளஞ்சிவப்பு மலர்களையும் சோதித்த கம்மர்சன் அசந்துபோனார்.

"பாரே, இம்மலர்கள் மிக அழகியவை" என்ற கம்மர்சனிடம் "இவை மலர்கள் அல்ல, பிரேக்ட் (Bract) எனப்படும் மலரடிச் செதில்கள். உள்ளே சிறிய குச்சிகளைப் போல வெண்ணிறத்தில் இவற்றால் மறைக்கப்பட்டுள்ளவைதான் உண்மையில் மலர்கள்" என்றார் பாரே.

மாணவப் பருவத்தில் பேராசிரியர்கள் உரையாற்றும்போதே குறுக்கிட்டு, பிழைகளைச் சுட்டிக்காட்டும் அறிவும் துணிவும் கொண்டிருந்த, பல்கலைக்கழகத்தில் டாக்டர் பட்டம் பெற்றிருந்த கம்மர்சனை, அனுபவ அறிவால் பாரே விஞ்சி நின்ற பல தருணங்களில் அதுவும் ஒன்று. வியந்துபோய் "ஆம் உண்மைதான்" என்ற கம்மர்சன், "இந்தப் புதிய தாவரத்திற்கு என்ன பெயரிடலாம்" என்றபோது சற்றும் தயக்க மின்றி, "தேடல் குழுவின் தலைவரின் பெயரைத்தானே வைக்க வேண்டும்" என்றார் பாரே.

அப்படியே அந்தப் புதிய தாவரத்திற்கு பூகென்வீலியா ப்ராஸிலியன்ஸிஸ் **Bougainvillea brasiliensis** (இப்போது பூகென்வீலியா ஸ்பெக்டாபிலிஸ்-**Bougainvillea spectabilis**) என்று பெயரிடப்பட்டது. "இதைக் கண்டறிந்தவராக நீங்களும் உலகெங்கிலும் அறியப்படுவீர்கள்" என்ற பாரேயிடம், "இல்லை அன்பே, இதை நீயல்லவா கண்டறிந்தாய்? எனது கண்டுபிடிப்புகள் என இவ்வுலகம் இனி சொல்லப்போவதெல்லாம் நீ கண்டு பிடித்தவைதானே?" என்றார் துயருடன்.

தன் அடையாளத்தை மறைத்து ஆண் வேடமிட்டு அந்தக் கப்பலில் பயணித்த ழான் பாரே, கம்மர்சனின் உதவியாளரும் காதலியுமாவார். திருமணம் செய்துகொண்டிருக்கவில்லை எனினும் அவர்களுக்கு ஒரு மகன் பிறந்திருந்தான். ஆனால் ஒரு வருடத்துக்குள் இறந்தும் போனான்.

கப்பல் புறப்பட்ட சில நாட்களிலேயே பாரேயைக் குறித்த பல சந்தேகங்களும் வதந்திகளும் உலவத் துவங்கின. அவரின் மெல்லிய குரல், மீசையில்லா முகம், மொழுமொழுவென் றிருந்த மோவாய், மறந்தும் பிறர் முன்னிலையில் உடைகளை மாற்றாதது, எப்போதும் கம்மர்சனின் அறையிலே தங்கியது எனப் பற்பல விதங்களில் அவர்மீதான சந்தேகங்களையும், புகார் களையும் பிற பயணிகளும், பணியாளர்களும் குழுத்தலைவர் பூகென்வீயெலிடம் சொல்லிக்கொண்டிருந்தார்கள். அவரோ அவற்றைப் பெரிதாக எடுத்துக் கொள்ளாமல் பாரேயின் துணிவையும் தாவர அறிவியலில் அவருக்கிருந்த ஆர்வத்தையும், கடின உழைப்பையும், அவரது முக்கிய சேகரிப்புகளையும், கண்டுபிடிப்புகளையும் வியந்து பாராட்டியவாறிருந்தார்.

கம்மர்சனும் அந்தப் புகார்களில் தனக்கு ஆர்வம் இல்லாதது போலவே காட்டிக்கொண்டார்.

*1767*, ஏப்ரலில் தஹிடி (Tahiti) தீவில் கப்பல் கரையணைந்த போது பாரேயும், கம்மர்சனும் இறங்கி தீவுக்கு வந்தனர். அப்போது வழக்கத்திலிருந்தது போல ஓடிவந்த தீவுப்பெண்கள் ஆண் பயணிகளைச் சுற்றி வளைத்துக் கொண்டிருக்கையில், ஆண் வேடத்திலிருந்த பாரேவை நோக்கிய தீவின் ஆண்கள் வியப்புடன் "ஆ, ஒரு பெண் கப்பலில் வந்திருக்கிறார்" என்ற படியே கூவிக்கொண்டு பெண்கள் தீவுக்கு வருகை தருகையில் செய்யப்படும் மரியாதைகளை செய்யத் தொடங்கியபோதுதான் பாரேயின் குட்டு வெளிப்பட்டது. கண்ணீருடன் தலைகுனிந்து நின்றிருந்த பாரேவை பூகென்வீயெல மீண்டும் கப்பலுக்கு அழைத்துச் சென்றார்.

திரும்பக் கப்பலுக்கு வரவழைக்கப்பட்ட பாரேயைப் பல வகையிலும் பிற பயணிகள் சித்ரவதை செய்ய முயன்றனர். அவரின் ஆடைகளை உருவவும் பலமுறை முயற்சிகள் நடந்தன.

அடுத்துக் கரைசேர்ந்த நியூ அயர்லாந்தில் (இன்றைய பாபுவா நியூ கினி-Papua New Guinea) இதுகுறித்து விசாரணை நடந்தது. பூகென்வீயெல தன் முன் அப்போதும் ஆண் உடை யில் நின்றிருந்த பாரேயிடம், "பெண்களுக்கு மறுக்கப் பட்டிருக்கும் கப்பல் பயணத்தை நீ உன் அடையாளத்தை மறைத்து எப்படி மேற்கொள்ளலாம்?" என்று வினவினார்

"உடல்நலிவுற்றிருந்த கம்மர்சனுக்கு ஒரு உதவியாளர் தேவைப்பட்டது, எனக்கும் தாவரங்களுக்கான தேடலே வாழ்வின் ஆகச்சிறந்த கனவென்பதால் இதற்குத் துணிந்தேன்" என்றார் பாரே. உண்மையில் பூகென்வீயெலவுக்குப் பாரே எப்படி அத்தனை காலம் அந்தக் கப்பலில் தாக்குப் பிடித்தார் என்பது அதிசயமாக இருந்தது. தான் பல தொல்லைகளுக்கு உட்பட்டிருந்தாலும் அவற்றைச் சகித்து கொண்டதாகவும், எல்லை மீறிப்போகையில் உதவிக்காக ஒரு கைத்துப்பாக்கியை வைத்திருந்ததையும் பாரே அப்போது தெரியப்படுத்தினார்.

"ஏன் இத்தனை ஆபத்துகளைச் சந்தித்து இந்தப் பயணத்தில் இணைந்தாய்?" என்ற கேள்விக்கு, "ஏன் செய்யக்கூடாது?" என்று பதில் கேள்வி கேட்ட பாரே, "ஒரு பெண் அறிவியலில் ஆர்வம் கொள்ளக்கூடாதா, ஆய்வுகள் செய்யக் கூடாதா? புதிய வற்றைக் கண்டுபிடிக்கக் கூடாதா? ஆண்கள்தான் இவற்றை யெல்லாம் செய்ய முடியும் என்பதற்கு மாற்றாக இனி என்னை இவ்வுலகம் எடுத்துக்காட்டாகச் சொல்லட்டுமே" என்றார்.

பூகென்வீயெலவுக்குத் தாவரங்களின் தேடலுக்காகத் தன் உயிரையும் துச்சமென மதித்துக் கடற்பயணத்தை மேற்கொண்ட பாரேமீது பெரும் மரியாதையும் அன்பும் உண்டானது. ழானுக்குத் தண்டனை ஏதும் தரக்கூடாதென்றே அவர் பரிந்துரைத்தார்.

18 மாதங்கள் அந்தக் கப்பலில் தனது மார்பகங்கள் வெளியே தெரிந்துவிடாமலிருக்க பட்டையான லினென் துணி களால் இறுக்க கட்டிக்கொண்டு, ஆண்கள் தூக்கும் எடையைக் காட்டிலும் அதிக எடையைச் சுமந்தபடி பனியிலும், வெயிலும், மழையிலும், கல்லிலும், முள்ளிலும் அலைந்து பல்லாயிரக் கணக்கான புதிய பல தாவரங்களைக் கண்டுபிடித்த ழான் பாரேவுக்கு அப்பயணம் துவங்கியபோது 26 வயதுதான்.

ழான் பாரே ஜூலை 27, 1740 அன்று ஃப்ரான்சின் பர்கண்டி ஃப்ராந்தியத்தில் 'லா காமெல்' கிராமத்தில் பிறந்தார். ஞானஸ் நானம் குறித்த அவரது பதிவில் ழான் பாரே மற்றும் ழான் போச்சார்ட் ஆகியோரின் மகளென்றுகுறிப்பிடப்பட்டிருக்கிறது. ஒன்றரை வயதில் தாயையும் 15 வயதில் தந்தையையும் இழந்த ழான் கல்வி பெறவில்லை என்பதை அவரது தந்தையின் இறப்பு சான்றிதழில் அவரது கையெழுத்து இல்லாததை வைத்து முடிவு செய்யும் வரலாற்றாய்வாளர்கள், பின்னர் கம்மர்சனே ழானுக்குக் கல்வியளித்திருக்கலாமென்றும் யூகிக்கின்றனர். எளிய விவசாய குடும்பத்தில் கல்வியறிவற்ற பெற்றோருக்கு மகளாகப் பிறந்த ழான் அதற்கு முன்பு தனது ஊரிலிருந்து 20 மைலுக்கு மேல் வெளியே பயணித்ததில்லை.

பிரசவத்தில் ஒரு மகனைப் பெற்றெடுத்துவிட்டு மனைவி இறந்துபோன பின்னர், அடிக்கடி உடல்நலிவுற்றுக் கொண்டிருந்த தாவரவியலாளர் கம்மர்சனுக்கு உதவியாளரான ழான் குறுகிய காலத்திலேயே, தனது தாவர வகைப்பாட்டியல் ஆர்வத்தினால், அவரின் காதலியுமாகி ஒரு மகனுக்கும் தாயாகியிருந்தார்.

பாரிஸிலிருந்து கப்பல் புறப்படு முன்பே கம்மர்சன் தனது முக்கிய சொத்துகளை ழானின் பெயருக்கு உயிலெழுதி வைத்து விட்டிருந்தார். கம்மர்சனுக்கும் ழானுக்கும் பிறந்த வளர்ப்புத் தாயிடம் கொடுக்கப்பட்ட அவர்களின் மகன், ஒரு வயதாகுமுன் இறந்து போனான். திருமணம் ஆகாத

பெண்களுக்குப் பிறக்கும் குழந்தைகளின் நிலை, அன்றைய ஃப்ரான்ஸில் மோசமானது.

விவசாயப் பின்னணி கொண்டவராதலால் ழானுக்கு கம்மர்சனிடம் உதவியாளராகச் சேரும் முன்பே ஏராளமான மூலிகைகள், பிற தாவரங்கள் குறித்த நல்ல அனுபவ அறிவிருந்தது. நோயாளியான கம்மர்சனின் மீதிருந்த அன்புக்கு இணையாகத் தாவரங்கள்மீதும் அன்பு கொண்டிருந்ததால் அவரை இப்பயணத்தில் பிரிய முடியாத ழானும் கம்மர்சனு மாகப் போட்ட இந்தத் திட்டத்தால் தான் அந்தப் பயணம் சாத்தியமானது, அந்தச் சாகசப் பயணத்திலிருந்து கிடைத்தது தான் உலகெங்கிலும் காணப்படும் பல வண்ணப் பிரகாசமான மலர்களுடன் கூடிய அலங்கார செடியான, தமிழில் காகிதப் பூச்செடியென அழைக்கப்படும் பூகென்வீலியா.

அங்கிருந்து மொரிஷியசுக்குச் சென்ற கப்பல்கள் இரண்டும் காற்று திசைமாறும் பொருட்டு நீண்ட நாட்கள் அங்கு காத்திருக்க வேண்டியிருந்தது. மொரிஷியசில் கவர்னராக இருந்த, தாவரவியலாளர் பியரி (Pierre) கம்மர்சனின் நெருங்கிய நண்பராதலால், அவரும், ழானும் தேடல் குழுவிலிருந்து விலகி மொரீஷியசில் தங்குவதாகத் தீர்மானித்தனர். மொரிஷியஸ் தாவரவியல் பூங்காவின் பொறுப்பைக் கம்மர்சன் ஏற்றுக் கொண்டார்.

பூகென்வீயெலயும் இதற்குச் சம்மதித்ததால் அவர்களை விட்டுவிட்டு இரண்டு கப்பல்களும் மொரிஷியஸைவிட்டுப் புறப்பட்டன. அதன் பின்னர் உணவு மற்றும் குடிநீர்ப் பற்றாக் குறையால் சிக்கல்களைச் சந்தித்த கப்பல்கள் இரண்டிலும் எலிகளும், காவல் நாய்களும்கூட உணவாக்கப்பட்டன. பலர் நோயால் இறந்து போனார்கள். பல சோதனைகளைக் கடந்து உயிருடன் இருந்த பிற பயணிகளுடன் கப்பல்கள் இரண்டும் தட்டுத்தடுமாறி டச்சு ஈஸ்ட் இண்டீஸில் *1769*–ல் கரை சேர்ந்து அந்தத் தேடல் பயணத்தை நிறைவு செய்தன.

மொரிஷியஸில் இருந்து கம்மர்சனுடன் 1770–1772-ல் மடகாஸ்கருக்கும், இன்னும் சில தீவுகளுக்கும் சென்ற ழான் மேலும் பல புதிய தாவரங்களைக் கண்டறிந்தார். *1772* வாக்கில் உடல்நிலை மேலும் நலிவுற்று மார்ச் *1773*–ல் தனது நாற்பத்

தைந்தாவது வயதில், அந்தப் பயணத்தின் கண்டறிதல்களை வெளியிடாமலேயே கம்மர்சன் இறந்தார்.

அவரது மரணத்திற்குப் பிறகு ழூான் மொரிஷியஸில் ஒரு மதுபான விடுதி நடத்தினார். 1774 ஜனவரி 27-ம் தேதி, முன்னாள் ஃப்ரான்ஸ் ராணுவ சார்ஜென்ட் ழூான் தூபெர்னாட்டை(Jean dubernat) மணந்து, அவருடன் ஃப்ரான்சுக்குத் திரும்பினார், 22 மாதங்கள் கடற்பயணத்தில் 6000 தாவரங்கள் உள்ளிட்டு ழூான் கண்டுபிடித்த பல முக்கிய கண்டுபிடிப்புகளின் பொருட்டு, பூகென்வீயெலயின் பெரு முயற்சியால் அந்தப் பயணத்திற்குப் பத்து வருடங்கள் கழித்து அவருக்கு ஃப்ரான்ஸ் கடற்படை அமைச்சகத்திலிருந்து ஓய்வூதியம் கிடைக்கப்பெற்றது. முதன்முதலாகத் தனது கண்டு பிடிப்புகளுக்கு அரசு ஓய்வூதியம் பெற்ற பெண்ணும் ழூான்தான்.

கடற்பயணத்தில் உலகை முதன்முதலில் சுற்றி வந்த பெருமைக்குரிய தாவரவியலாளர் ழூான் பாரே 1807 ஆகஸ்ட் 5 அன்று தனது 67-வது வயதில் இறந்தார்.

ழூான் பாரேயின் சாகசப் பயணம் குறித்து உலகம் மூன்றே மூன்று பேர்களிடமிருந்துதான் தெரிந்துகொள்ள முடிந்தது. கம்மர்சனின் நாட்குறிப்புகள் மற்றும் எட்வாலின் மருத்து வரான ஃப்ரான்ஸுவா வீவ் (François Vivès) எழுதியிருந்த குறிப்புகள் பெருமளவில் அவரைக் குறித்து தெரிவித்தன. பூகென்வீயெலயின் பயணத்தில் கலந்து கொண்டிருந்த நாசாவ்சீகனின் (Prince of Nassau-Siegen) இளவரசர், பாரேயின் சாதனைகளைக் குறிப்பிட்டு. “அவளுடைய துணிச்சலுக்கான அனைத்துப் பெருமைகளையும் நான் அவளுக்குக் கொடுக்க விரும்புகிறேன்” என்று தனது நினைவுக்குறிப்புகளில் எழுதினார். மேலும், “அத்தகைய பயணத்தில் ஒருவர் நிச்சயமாக எதிர்பார்க் கக்கூடிய மன அழுத்தம், ஆபத்துகள் மற்றும் நடந்த அனைத்தையும் எதிர்கொள்ள அவள் துணிந்தாள். அவளது சாகசம், பிரபலமான பெண்களின் வரலாற்றில் சேர்க்கப்பட வேண்டும் என்று நான் நினைக்கிறேன்” என்றும் குறிப்பிட்டி ருக்கிறார்.

அப்போது கடற்பயணிகளின் உடையாக அறியப்பட்டிருந்த வரிக்கோடுகளிட்ட உடையும் புரட்சியாளர்களுக்கான சிவப்புத் தொப்பியும் கைகளில் தாவரங்களுமாக இருக்கும் ழூானின்

சித்திரம்கூட அவரைக் குறித்த வாய்வழிச் செய்திகளின் அடிப் படையில் அவரது மறைவுக்குப் பின்னர் வரையப்பட்டதுதான்.

கம்மர்சனுடன் இணைந்து ழான் பாரே கண்டறிந்த ஆயிரக் கணக்கான தென் அமெரிக்க தாவரங்கள் உலர் தாவரங்களாக (Herbaria) இன்றும் ஃப்ரான்ஸ் அருங்காட்சியகங்களில் பாதுகாப்பாக இருக்கின்றன.

*1789*–ம் ஆண்டில் வெளியிடப்பட்ட ஏ.எல்.டி ஜூஸ்ஸோ வின் (Antonii Laurentii de Jussieu) புகழ்பெற்ற ஜெனிரா பிளாண் டேரியத்தில், இந்தத் தாவரம் பட்டியலிடப்பட்டபோது, 'Buginvilla' என்று தவறுதலாக எழுத்துப் பிழையுடன் வெளியிடப்பட்டது.

*1930*–ல் க்யூ ராயல் தாவரவியல் பூங்கா தொகுத்த புதிய தாவரங்களின் பட்டியல் வெளியாகி அது சரி செய்யப்படும் வரை இந்த எழுத்துப் பிழை அப்படியே நிலைத்திருந்தது.

பூகென்வில்லியாவின் இரண்டு இனங்கள் – பூகென்வில்லியா ஸ்பெக்டாபிலிஸ் மற்றும் பூகென்வில்லியா கிளாப்ரா *19*–ம் நூற்றாண்டில் ஐரோப்பாவிற்கு அறிமுகமாயின. பின்னர் ஐரோப்பாவிலிருந்து இந்தியாவுக்கு அறிமுகப்படுத்தப்பட்டன; க்யூ ராயல் தாவரவியல் பூங்காவிலிருந்து *1923*–ம் ஆண்டில் கொல்கத்தாவில் அறிமுகப்படுத்தப்பட்ட தாவரங்களின் பட்டி யலில் போகென்வில்லியாவின் பெயரும் இருக்கிறது.

**தாவரவியல் பண்புகள்**

போகென்வில்லியா மேற்கு பிரேசிலிலிருந்து பெரு வரை யிலும், தெற்கு ஆர்ஜெடினாவையும், தென் அமெரிக்காவையும் தாயகமாகக் கொண்ட பல்லாண்டுத் தாவரமாகும்.

நாலு மணிப்பூ எனப்படும் அந்திமந்தாரை, பவளமல்லி ஆகியவை அடங்கிய நைக்டஜினேசியே (Nyctaginaceae) குடும்பத்தைச் சேர்ந்த போகென்வில்லியா *18* சிற்றினங்களைக் கொண்டது. இப்போது *300*–க்கும் மேற்பட்ட உட்கலப்பு (inbreeding) வகைகள் உலகெங்கிலும் பரவியுள்ளன. வளர்ந்த முதல் வருடத்திலிருந்து, மூன்று ஆண்டுகளில் மலர்களை அளிக்கத் துவங்கும், போகென்விலியா வறட்சியைத் தாங்கி வளரும் இயல்புடையது.

பசுமை மாறாப் பளபளப்பான இலைகளும், உறுதியான கொடித்தண்டும் கொக்கிகளைப் போன்ற கூர்முட்களையும் கொண்ட போகென்வில்லியா கொடி 12–15 மீட்டர் நீளம் வரை யிலும் பற்றிப் படர்ந்து வளரும் இயல்புடையது, எனினும் இவற்றைத் தொடர்ந்து கத்தரித்து, குட்டையாகத் தொட்டி களிலும், குறுமரங்களைப் போலவும் வளர்க்க முடியும். போகென்வில்லியாக்களை அரிதாகவே நோயும் பூச்சிகளும் தாக்கும்.

போகென்வில்லியாவின் மலரென்பது, மூன்று அல்லது ஆறு பிரகாசமான காகிதம் போன்ற மலரடிச் செதில்களால் சூழப்பட்டிருக்கும் மூன்று குழல் போன்ற சிறிய வெண்ணிற மலர்களின் தொகுப்புதான். இதன் கனி மிகச் சிறியது. ஐந்து பகுதிகளாகப் பிரிக்கப்பட்டு இருக்கும். வெள்ளை ஆரஞ்சு சிவப்பு மஞ்சள் உள்ளிட்ட பல வண்ணங்களில் மலரடி செதில்கள் இருக்கும்.

உலகின் எந்தப் பகுதியாக இருப்பினும் வீட்டை விட்டு வெளியே செல்பவர்கள் ஒரு போகென்வில்லியாவையாவது பார்த்துவிடலாம் என்னும் அளவிற்கு இந்தக் கொடி உலகெங்கும் பிரபலமான, பலரின் விருப்பத்துக்குரிய அலங்காரச் செடியாகி விட்டிருக்கிறது. தோல் அழற்சியை உண்டாக்கும் இதன் இலைச்சாற்றை உலகின் பல பழங்குடியினத்தவர்கள் மருத்துவ சிகிச்சையிலும் பயன்படுத்துகின்றனர்.

இனி இவற்றை அழகான பூக்கள் இருக்கும் ஒரு செடி என்று மட்டும் எளிதில் கடந்து போகாமல் ஞான் பாரேயின் சாகசக் கடற்பிரயாணத்தின் பொருட்டாவது நின்று ஒரு கணம் அதன் அழகை ஆராதித்து விட்டே செல்ல வேண்டும்.

மலரடிச் செதில்களால் மறைக்கப்பட்டிருக்கும் போகென் வில்லியா மலர் போலத்தான், 250 வருடங்களுக்கு முன்னர் இப்போதுகூட பெண்கள் எண்ணிப்பார்க்க முடியாத ஆபத்து களை துணிவுடன் சந்தித்து, பல புதிய தாவரங்களைத் தனது காதலனின் பெயரில் பெருந்தன்மையுடன் உலகிற்கு தந்த ஞானும் தாவரவியல் வரலாற்றில் மறைக்கப்பட்டிருக்கிறார்.

கம்மர்சனின் மறைவுக்குப் பின்னர் அவரின் கண்டுபிடிப்புகள் பலரும் பிரசுரித்தனர். ஆனால் யாருமே ஞான் பாரேயைக்

குறித்து ஒரு வார்த்தையையும் குறிப்பிடவில்லை பிரபல பரிணாமக் கொள்கையை அறிவித்தவரான 'ழான் பாட்டீஸ்ட் லமார்க்' மட்டுமே ழான் பாரேயின் பங்களிப்பையும் அவரது துணிச்சலையும் குறிப்பிட்டு எழுதியவர்.

சுமார் 70 தாவரங்கள் இப்போது கம்மர்சனின் பெயரில் இருக்கின்றன. தன் பெயரை, நண்பர்கள், உறவினர்கள் பெயரைப் பல தாவரங்களுக்கு வைத்த கம்மர்சன் காதலின் பொருட்டு உலகில் எந்தப் பெண்ணும் செய்யத் துணிந்திராத சாகசத்தைச் செய்தவளான தன் காதலியின் பெயரை அடர் பச்சையில், ஒரே மரத்தில் பல வடிவங்களில் இலைகளையும், வெண்ணிற மலர்களையும் கொண்டிருந்த ஒரே ஒரு மடகாஸ்கர் குறுமரத்திற்கு மட்டும் **Baretia Bonafidia** என்று வைத்தார். ஆனால் துரதிர்ஷ்டவசமாகக் கம்மர்சனின் அறிக்கை பாரிஸ் சென்று சேரும் முன்னே அந்த மரத்துக்கு மற்றொரு பெயர் (Turraea) வைக்கப்பட்டுவிட்டது. பிரசுர முன்னோடி விதிகளின்படி பாரேயின் பெயரை அந்த மரத்துக்கு வைக்க முடியாமலானது.

இத்தனை ஆண்டுகளுக்குப் பிறகு 2012–ல் கண்டுபிடிக்கப்பட்ட உருளைக்கிழங்கு, தக்காளியின் குடும்பத்தைச் சேர்ந்த ஒரு தாவரத்திற்கு மட்டுமே **Solanum baretiae** என்று பாரேயின் பெயரிடப்பட்டிருக்கிறது.

2020–ல் அவரது 280–வது பிறந்த நாளை கூகில் டூடுல் போகென்வில்லியா கொடிகளால் சூழப்பட்டிருக்கும் ழானின் புகைப்படத்துடன் சிறப்பித்தது.

2010–ல் பாரேயியின் சுயசரிதை The Discovery of Jeanne Baret, என்னும் பெயரில் க்லெனிஸ் ரிட்லியால் (Glynis Ridley) எழுதப்பட்டது. ஆனால் அந்நூலில் பல கண்ணிகள் விட்டுப் போயிருப்பதாகவும் பல தகவல்கள் முன்னுக்குப் பின்னாக இருப்பதாகவும் பரவலாகக் குற்றச்சாட்டுகள் எழுந்தன.

பின்னர் கடந்த 2020–ல் வெளியான டானியெல் க்ளோட் (danielle-clode) எழுதிய நூலிலிருந்து ழான் பாரேயின் வாழ்வைக் குறித்து நம்பகமான தகவல்கள் ஓரளவுக்கு உலகிற்குத் தெரிய வந்திருக்கிறது.

கடந்த செப்டம்பர் 2019–ல், 77 வயதான பிரிட்டிஷ் பெண் ழான் சாக்ரடீஸ், உலகத்தைத் தனியாகக் கடல்வழியே

சுற்றிவந்த முதல் வயதான பெண்ணாக அறியப்பட்டார். அவர் தான் சந்தித்த சவால்களையும் இடர்களையும் சொல்லித் தான் விடாமுயற்சியுடன் அவற்றை எதிர்கொண்டு பயணத்தை நிறைவு செய்ததாகச் சொன்னதை, ழூான் உயிருடன் இருந்து கேட்டிருந்தால் புன்னகைத்திருப்பாளாயிருக்கும்.

**ஆதாரங்கள், உதவிய கட்டுரைகள்:**


*1.* Glynis Ridley: The Discovery of Jeanne Baret: A Story of Science, the High Seas, and the First Woman to Circumnavigate the Globe; Hardcover, 288 pagesPublished December 28th 2010 by Crown ; ISBN: 0307463524 (ISBN13: 9780307463524) In Search of the Woman who Sailed the World by Danielle Clode, Paperback, 352 pages

2. https://en.wikipedia.org/wiki/Jeanne_Baret

*3.* ழூான் பாரே மற்றும் சில பெண் அறிவியலாளர்கள் குறித்து எழுதப்பட்ட புத்தகங்கள் பற்றிய ஒரு கட்டுரையை இங்கே காணலாம்: https://sydneyreviewofbooks.com/review/danielle-clode-gabrielle-carey/

## குங்குமப்பூவே!

**கி**ராமங்களிலும், சிறு நகரங்களிலும், மகப்பேறு மருத்துவ மனைகளுக்கு அருகிலிருக்கும் சின்னச் சின்ன மருந்தகங்களில் கர்ப்பிணிப் பெண்கள் குங்குமச்சிமிழ் போன்ற சிறு பெட்டிகளில் 700-லிருந்து 1000 ரூபாய்கள் வரை கொடுத்துச் சில கிராம் குங்குமப்பூ வாங்கி செல்லுவதைச் சாதாரணமாகக் காணலாம்.

உண்மையில் இந்த ஏழை, எளியவர்கள் வாங்கிச் செல்லுவது குங்குமப்பூவே அல்ல, அவை பெரும்பாலும் உலர வைக்கப் பட்ட பீட்ரூட் துருவல்களாகவோ அல்லது சாயமேற்றப்பட்ட பெருஞ்சாமந்தி மலரிதழ்களாகவோதான் இருக்கும். அசல் என்று மேலும் அதிக விலைக்கு விற்பனை செய்யப்படுவதும் குங்குமப்பூவின் சூலகமுடிகளின் அடிப்பகுதியை மட்டும் கொண்டவைதான்.

இப்படிப் போலிகளை விற்பதும் வாங்குவதும் முட்டாள்த் தனம் என்றால், கர்ப்பிணிகள் குங்குமப்பூ சாப்பிட்டால் குழந்தை குங்குமப்பூவின் நிறத்தில் இருக்கும் என்னும் நம்பிக்கை அதைக்காட்டிலும் முட்டாள்த்தனமானது. குங்குமப்பூ குறித்தும், அதன் நன்மைகளை, அதிகம் உட்கொண்டால் உண்டாகக் கூடிய உடல் உபாதைகளை, ஆபத்துகளை, அசலையும் போலியையும் பிரித்தறியும் முறைகளையெல்லாம் அறிந்து கொள்வது அவசியமாகிவிட்டிருக்கிறது.

குங்குமப்பூ மிகவும் சுவாரஸ்யமான ஒரு தாவரம். இது ஆயிரக்கணக்கான ஆண்டுகளாக அதன் நிறம், சுவை, மணம், பயன்கள் மற்றும் அறுவடைக்குச் செலவழிக்கப்படும்நேரம் ஆகிய வற்றின் பொருட்டு உலக வரலாறு முழுவதும் போற்றப்பட்ட ஒன்று.

அகழ்வாய்வுகளில் 50 ஆயிரம் ஆண்டுகளுக்கு முன்பு குங்குமப்பூ சாயமேற்றப்பட்ட பொருட்களின் எச்சங்கள் மேற்கு ஈரானில் கண்டறியப்பட்டுள்ளன. சுமேரியர்கள் குங்குமப்பூ கலக்கப்பட்ட பானங்களை மந்திர தந்திரங்களுக்

கும், பூசனைகளுக்கும் சிகிச்சையளிக்கவும் பயன்படுத்தியிருக்கின்றனர். பண்டைய பெர்சியாவில் தெய்வங்களுக்கும அரச குடும்பத்தினருக்குமான உடைகள் அனைத்தும் குங்குமப்பூச் சாய மேற்றப்பட்டன.

மாவீரர் அலெக்ஸாண்டர் தனது போர்க்காயங்களுக்குப் பெர்ஷியாவின் குங்குமப்பூவை மருந்தாகப் பயன்படுத்தியிருக்கிறார். கிளியோபாட்ரா தன் கன்ன மேடுகளுக்கு குங்குமப்பூக்களால் செம்மையூட்டியதையும், ரோமானியர்கள் குங்குமப்பூ இழைகளால் நிரப்பப்பட்ட தலையணைகளில் படுத்துறங்கியதையும், குளியல் தொட்டிகளில் குங்குமப் பூக்களிட்டு செஞ்சிவப்பு நீரில் குளித்ததையும் வரலாறு சொல்லுகின்றது.

பாலில் குங்குமப்பூ கலந்து அருந்துவது பாலுணர்வைத் தூண்டும் என்பதால் புதுமணத் தம்பதிகளுக்குப் பல கலாசாரங்களில் இப்பானம் அளிக்கப்பட்டு வருகின்றது.

மிகப் பழமையான, விலையுயர்ந்த நறுமணப் பொருட்களில் ஒன்றான குங்குமப்பூ எனப்படும் இந்த சாஃப்ரன் (saffron) குரோக்கஸ் சடைவஸ் ***(Crocus sativus)*** என்னும் இரிடேசீயே (Iridaceae) தாவரக் குடும்பத்தைச் சேர்ந்த பல்லாண்டுத் தாவரம். இது சிவப்புத் தங்கம், (Red Gold) எனவும் அழைக்கப்படுகின்றது. saffron என்னும் பிரெஞ்சு மொழிச் சொல்லின், வேர் அரபி மொழியில் 'மஞ்சள்' எனப் பொருள்படும் லத்தீனச் சொல்லான safranum என்பதில் இருக்கிறது.

மத்திய தரைக் கடல் பகுதிகளிலும் அவற்றை ஒத்த, உலர்ந்த கோடைத் தென்றல் வீசும் பகுதியிலும் அதிகமாக வளரும் இவை உறைபனியையும், குளிர்மிகுந்த பனிக்கட்டி மூடியிருக்கும் சூழலையும் தாங்கி வளரக்கூடியவை.

குங்குமப்பூச் செடியின் சாகுபடி வரலாறு *3,000* ஆண்டுகளுக்கு முற்பட்டது. காட்டு குங்குமப்பூ - wild saffron, குரோக்கஸ் கார்ட்ரைட்டியானஸ் ***(Crocus cartwrightianus)*** செடியை இனவிருத்தி மற்றும் கலப்பினம் செய்ததன் மூலம் நீளமான சூலக முடிகளை (Style) கொண்ட இப்போது அதிகம் பயிரிடப்படும் ***Crocus sativus*** செடி உருவாக்கப்பட்டது. முந்நூறு அல்லது நானூறு ஆண்டுகளுக்கு முன்பு அரேபியாவிலும் ஸ்பெயினிலும் துவங்கிய குங்குமப்பூச் சாகுபடி பின்னர் மெதுவாக ஈரான், இந்தியா, ஸ்வீடன் நாடுகளுக்குப் பரவியது.

குங்குமப்பூ சாகுபடிக்கு உயர் கரிமப் பொருட்களைக்கொண்ட தளர்வான, அடர்த்தி குறைந்த, நன்கு நீர் பாய்ச்சப்பட்ட, சுண்ணாம்பு நிறைந்த களிமண் வகைகள் (clay-calcareous) உகந்தவை. நல்ல சூரிய ஒளியில் அவை மிகச் சிறப்பாக வளர்வதால், சூரிய ஒளியை நோக்கிச் சரிவாக அமைந்த நிலப்பகுதிகளில் பாரம்பரியமான மேட்டுப் பாத்தி முறையில் இச்செடிகள் பயிர் செய்யப்படுகின்றன.

குங்குமப்பூ சாகுபடிக்கு வளமான மழை நிறைந்த இளவேனில் காலமும், உலர்ந்த கோடைக்காலமும் மிக உகந்தவையாகும். இவற்றின் இள ஊதா நிறப் பூக்கள் முளைக்கும் திறனுள்ள விதைகளை உருவாக்குவதில்லை. அதனால் நிலத்துக்குக் கீழே இருக்கும் பழுப்பு நிறமான 4.5 செ.மீ அளவுள்ள குமிழ் போன்ற தண்டுக் கிழங்குகளைத் தோண்டி எடுத்து, சிறு துண்டுகளாக உடைத்து நட்டு வைப்பதன் மூலம் இவற்றைப் பயிரிட முடியும். ஒரு கிழங்கை உடைத்து, பிரித்து நடுவதன் மூலம் பத்துக்கும் மேற்பட்ட புதிய தாவரங்களைப் பெறலாம்.

கோடைக் காலத்தில் உறக்க நிலையில் உள்ள தண்டுக் கிழங்குகள், இலையுதிர் காலத்தின் ஆரம்பத்தில் தமது குறுகலான

இலைகளைத் துளிர்த்து, மொட்டுவிடத் தொடங்குகின்றன. இவை அக்டோபர் மாதத்தில், பல மென் வரிகளைக் கொண்ட சாம்பல் கலந்த ஊதா நிறமுடைய பூக்களை உருவாக்கும். பூக்கும் காலத்தில் இந்தத் தாவரங்களின் சராசரி உயரம் 30 செ.மீ.க்கும் குறைவாக இருக்கும். பூப்பதற்குச் சற்று முன்னர் வரும் மழைப் பொழிவு குங்குமப்பூவின் விளைச்சலை ஊக்குவிக்கிறது.

இலையுதிர் காலத்தின் மத்தியப் பகுதியில் ஒன்று அல்லது இரண்டு வாரங்களுக்குள் எல்லாச் செடிகளும் பூக்கின்றன. காலையில் மலரும் பூக்கள் மாலைக்குள் வாடத் தொடங்கி விடுகின்றன என்பதால் அறுவடை மிக வேகமாக நடக்கும்.

3 அல்லது 4 நாட்கள் வரையே உதிராமல் இருக்கும் மலர்களைக் கைகளால் பறித்து, கூடைகளில் சேகரித்து, குறிப்பிட்ட வெப்ப நிலையிலிருக்கும் அறைகளின் கூரையிலிருந்து தொங்க விடுவார்கள். மலர்கள் உலர்ந்ததும் சூல் முடிகள் கவனமாகப் பிரித்தெடுக்கப்படும். இந்தத் தயாரிப்புகளே ஏறக்குறைய ஒரு வாரகாலம் நடக்கும்.

ஒவ்வொரு பூவிலிருந்தும் மூன்று நீட்சிகள் உடைய சூல் தண்டுகள் (style) உருவாகின்றன. அவை ஒவ்வொன்றின் முனையிலும் 25-30 மி.மீ அளவில் கருஞ்சிவப்பு நிறமுள்ள சூலக முடிகள் (stigma) காணப்படும். பூ எனப் பொதுவாக அழைக்கப்பட்டாலும் உண்மையில் இந்தச் சூல் முடிகளே குங்குமப்பூ என அறியப்படுபவை. தனித்த உலர்ந்த சூலகமுடியின் நீளம் சுமார் 20 மி.மீ இருக்கும்.

குங்குமப்பூவின் உலர்ந்த வைக்கோல் போன்ற மணத்திற்கும் நிறத்திற்கும் சுவைக்கும் மருத்துவ குணங்களுக்கும், எளிதில் ஆவியாகின்ற, நறுமணம் தருகின்ற 150–க்கும் அதிகமான சேர்மங்களும், பல ஆவியாகாத செயல்மிகு வேதிக் கூறுகளும் உள்ளன.

இவற்றில் ஜியாஸேந்தின் (zeaxanthin), லைக்கோப்பீன் (lycopene) மற்றும் பல்வேறு வகையான ஆல்ஃபா (α) மற்றும் பீட்டாகரோட்டின்கள் முக்கியமானவை. குங்குமப்பூவின் தங்கம் போன்ற மஞ்சள் செஞ்சிவப்பு நிறத்திற்கு ஆல்ஃபா (α) குரோசினும். கசப்பான சுவைக்குக் குளுக்கோசைட்டு பிக்ரோ குரோசினும் காரணமாகும். உலர்ந்த குங்குமப்பூவில் 65%

கார்போஹைட்ரேட்டுகளும், 6% கொழுப்பும், 11% புரதமும் இருக்கும். உலர்ந்த குங்குமப்பூ, வளிமண்ட ஆக்ஸிஜனுடனான தொடர்பைக் குறைக்கும்பொருட்டு காற்றுப் புகாத கொள்கலன்களில் சேமிக்கப்படுகிறது.

150 பூக்களிலிருந்து 1 கிராம் உலர்ந்த குங்குமப்பூ இழைகள் மட்டுமே கிடைக்கின்றன. ஒரு பவுண்ட் (454 கிராம்கள்) உலர் குங்குமப்பூவை உற்பத்தி செய்ய 50,000–75,000 பூக்கள் தேவைப் படுகின்றன. இது ஒரு கால்பந்து மைதானத்தின் பரப்பளவில் மேற்கொள்ளப்படும் பயிரிடுதலுக்குச் சமமானது. மேலும் 150,000 பூக்களைக் கைகளால் பறிப்பதற்கு நாற்பது மணி நேரம் வேலை செய்ய வேண்டியுள்ளது.

பிரகாசமான கருஞ்சிவப்பு நிறம், சிறிதளவு ஈரத்தன்மை, நெகிழ்த்தன்மை, உடைந்த இழைத் துகள்கள் இல்லாமல் இருப்பவையே தரமான புத்தம் புது குங்குமப்பூவின் இயல்பு களாகும்.

உலகெங்கும் குங்குமப்பூவின் பல பயிர்வகைகள் வளர்க்கப் படுகின்றன. 'ஸ்பேனிஷ் சுபீரியர்' (Spanish Superior) என்றும், 'கிரீம்' (Creme) என்றும் வணிகப்பெயர்களைக் கொண்ட வகைகள் வண்ணம், சுவை, நறுமணம் ஆகியவற்றில் இனிமை யானவை

அதிக சாஃப்ரானல், (Safranal) வழக்கத்துக்கு மாறாக நெடியுடைய நறுமணம், அடர்வண்ணம் ஆகியவற்றைக்

கொண்டிருப்பது இத்தாலியின் 'அக்விலா' குங்குமப்பூ' (zafferano dell'Aquila), மற்றொன்று காஷ்மீரி 'மாங்ரா' அல்லது 'லசா' குங்குமப்பூ *(crocus sativus kashmirianaus).* குங்குமப்பூவில் முதல் தரம் சாகி, என்றும் இரண்டாம் தரம் மோக்ரா என்றும் மூன்றாம் தரப் பூ லாச்சா என்றும் அழைக்கப்படுகிறது.

ஈரான், ஸ்பெயின், இந்தியா, கிரீஸ், அஸர்பைஜன், மொரோக்கோ, இத்தாலி (உற்பத்தி அளவின் இறங்கு வரிசையில்) ஆகியவை குங்குமப்பூவை உற்பத்திச் செய்யும் முக்கிய நாடுகள்.

ஈரான் உலகின் மொத்த குங்குமப்பூ உற்பத்தியில் 93.7 சதவீதத்திற்குப் பங்களிக்கிறது. நியூசிலாந்து, பிரான்ஸ், சுவிட்சர்லாந்து, இங்கிலாந்து, அமெரிக்கா நாடுகளிலிருந்து இயற்கை உரமிட்டு வளர்க்கப்படும் பல்வேறு சிறப்புப் பயிர்வகைகளும் கிடக்கின்றன. அமெரிக்காவில், மண்வாசனையுடன் பென்சில் வேனிய டச்சுக் குங்குமப்பூ (Pennsylvania Dutch saffron) சிறிய அளவுகளில் விற்கப்படுகிறது.

நன்கு காய வைக்கப்பட்ட ஒரு கிலோ குங்குமப்பூ சந்தையில் சுமார் மூவாயிரம் டாலர்களுக்கு விற்கப்படுகிறது (சுமார் 2 லட்சம் இந்திய ரூபாய்கள்).

## இந்திய குங்குமப்பூ

குறிப்பிடத்தக்க சுவை, நறுமணம், வண்ணமூட்டும் விளைவு ஆகியவற்றின் அடையாளமான மிக அடர்ந்த மெரூன் ஊதா வண்ணம் கொண்ட காஷ்மீர் குங்குமப்பூ வகை உலகின் அடர்நிற குங்குமப்பூ வகைகளில் ஒன்றாக விளங்குகிறது. இந்தியாவின் காஷ்மீர் பள்ளத்தாக்கு குங்குமப்பூ சாகுபடிக்குப் புகழ்பெற்றது. ஸ்ரீநகருக்கு 18 கிலோமீட்டர் தொலைவில் 1700 மீட்டர் உயரத்தில் உள்ள குங்குமப்பூ நகரமென்று அழைக்கப்படும் பாம்போர் என்ற பகுதியில், தேசிய நெடுஞ்சாலைகளின் இருபக்கங்களிலும் வண்டல் மண்மேட்டு நிலங்களில் பயிரிடப்படுகிறது. இந்தியாவில் குங்குமப்பூ பயிரிடப்படும் சுமார் 5,707 ஹெக்டேர் நிலப்பரப்பில் ஆண்டுக்கு 16 ஆயிரம் கிலோ குங்குமப்பூ கிடைக்கிறது. இதில் 4,496 ஹெக்டேர்கள் ஜம்மு காஷ்மீரில் மட்டும் இருக்கிறது.

உலகெங்கிலும் குங்குமப்பூ சேர்க்கப்பட்ட உணவு வகைகளும் பானங்களும் இனிப்புகளும் வெகுபிரபலம். காஷ்மீரில்

குங்குமப்பூ, பட்டை, ஏலக்காய் கலந்து நறுக்கிய பாதாமினால் அலங்கரிக்கப்பட்ட கெவா (kehwa) என்னும் பச்சைத் தேநீர் வெகுபிரசித்தம்.

சீனாவிலும் இந்தியாவிலும் 2000 வருடங்களுக்கும் மேலாக மருந்தாகவும் வாசனையூட்டும் உணவுக் கலப்பாகவும் பயன் படுத்தப்பட்டு வருகிறது குங்குமப்பூ. ஆஸ்துமா, இருமல், தூக்கமின்மை, இதயநோய் மற்றும் சருமப் பாதுகாப்புக்கும் இது மருந்தாகப் பயன்படுகிறது.

1959-ல் மரகதம் என்னும் திரைப்படத்தில் அரிதான, விலைமதிப்பற்ற, தங்கத்திற்கு இணையான குங்குமப்பூவுடன் காதலியை ஒப்பிட்டு ஆர்.பாலு வரிகளில், 'குங்குமப்பூவே' என்னும் பாடலைச் சந்திரபாபு பாடியிருப்பார். தமிழ் சினிமாவில் அதற்குப் பிறகு குங்குமப்பூ எந்தப் பாடலிலுமே இல்லையென்றே நினைக்கிறேன். இந்தியத் தேசியக்கொடியின் மூவர்ணங்களிலொன்றும், புத்தத் துறவிகளின் உடைகளும் குங்குமப்பூவின் காவி நிறமே.

பெரும்பாலான நாடுகளில் சந்தைப்படுத்தப்படும் குங்குமப் பூவில் அதிகம் கலப்படமும் உள்ளது. மாதுளம் கனியின் ஓட்டின் உட்புறமிருக்கும் நார்களையும், சிலவகை புற்களையும், பீட்ரூட் துருவல்களையும் சாயமேற்றியும் marigold எனப்படும் துளிர்த்தமல்லியின் இதழ்களைக் காயவைத்த கலப்படங்களும் குங்குமப்பூ போலிகளும் சந்தைப்படுத்தப்படுகின்றன.

குங்குமப்பூவின் கலப்படத்தை எளிதில் கண்டுகொள்ளலாம். அசல் குங்குமப்பூ ஆழ்ந்த சிவப்பு நிறத்துடன், வைக்கோல் அல்லது மண் வாசனையும், மென் கசப்புச் சுவையும் கொண்டி ருக்கும். விரல்களுக்கிடையில் வைத்துச் சில இழைகளை நசுக்கி தேய்க்கையில் விரல்களில் பொன்மஞ்சள் நிறம் படிந்தால், அது அசல் குங்குமப்பூ. தூய நீரில் எளிதில் கரைந்து நிறமிழந்து வெளிறிப்போகாமல், நீர் பொன்மஞ் சளாக மெல்ல மெல்ல நிறம் மாறுகையில் இழைகள் நிறமிழக் காமலிருப்பதும் அசலே. அசல் குங்குமப்பூவின் ஒவ்வொரு இழையிலும் நீளம் ஒரே அளவில் இருக்காமல் ஒரு நுனி சற்றுப் பெரிதாக இருக்கும்.

கர்ப்பிணிகள் குங்குமப்பூ உட்கொண்டால் பிறக்கும் குழந்தை யின் சரும நிறம் மேம்படும் (அதாவது சிவப்பாகும்) என்பது

எந்த அறிவியல் ஆதாரமுமில்லாத, தொன்றுதொட்டு நம் சமுதாயத்தில் ஆழமாக வேரூன்றியிருக்கும் மூட நம்பிக்கை. குழந்தைகளின் சரும நிறம் பெற்றோர்களின் மரபணுக்களால் மட்டுமே தீர்மானிக்கப்படுகிறது.

குங்குமப்பூவில் இருக்கும் வேதிச்சேர்மங்கள் கருப்பையைச் சுருங்கி விரியச்செய்யும் மற்றும் மாதவிடாய் சுழற்சியைத் துவங்கி வைக்கும் குணம் கொண்டவை (oxytocic). எனவே குங்குமப்பூவைத் தொடர்ந்து அதிகமாக உட்கொள்கையில் கருக்கலைப்பும், சிறுநீரகச் செயலின்மையும், ஒரு நாளைக்கு 20 கிராமுக்கு அதிகமாகையில் உயிரழப்பும் கூட ஏற்படும் ஆபத்து உள்ளது. குங்குமப்பூவுக்கு ISO தரக் கட்டுப்பட்டு நிர்ணயம் இருப்பதால் அசலைக் கண்டறிந்து வாங்க வேண்டும். (ISO 3632).

ஆதாரங்கள், உதவிய நூல்கள்:

1. https://www.britannica.com/topic/saffron
2. https://www.ncbi.nlm.nih.gov/pmc/articles/PMC3249922/
3. https://www.botanical-online.com/en/food/adulterated-fake-saffron#:~:text=The%20adulteration%20of%20saffronis%20a%20counterfeitof%20the%20saffron,not%20know%20saffron%2C%20can%20hardly%20distinguish%20its%20authenticity.
4. https://www.rxlist.com/saffron/supplements.htm#:~:text=Saffron%20is%20POSSIBLY%20SAFE%20for%20most%20people%20when,headache.%20Allergic%20reactions%20can%20occur%20in%20some%20people.

# நீலச் சிறுமலர் கருவிளை

ஒரு தாவரத்தின் வட்டார வழக்குப் பெயரானாலும், ஆங்கிலப் பொதுப்பெயரானாலும், லத்தீன் மொழியிலான தாவர அறிவியல் பெயரானாலும் சரி ஒவ்வொன்றும் மிகச் சுவாரஸ்யமான பின்னணியையும் பொருளையும் கொண்டிருக்கும். தாவர வகைப்பாட்டியலின் தந்தையெனக் கருதப்படும் லினேயஸினால் 17–ம் நூற்றாண்டில் வைக்கப்பட்ட இப் பெயர்கள் இன்றுவரை எந்தக் குழப்பமும் இல்லாமல் உலகெங்கிலும் பயன்பாட்டிலும் இருக்கின்றது. அதிலொன்று தான் சங்குபுஷ்பம் எனப்படும் **Clitoria ternatea.** பெயரை மட்டுமல்லாது இச்செடியைக் குறித்து அறிந்துகொள்ள வேறுபல முக்கிய விஷயங்களும் உள்ளன.

சங்கு போன்ற தோற்றத்தில், அடர்நீல நிறத்தில் இருக்கும் இம்மலர் பூஜைக்குகந்ததாகவும், தாவர மருத்துவத்தில் மிக முக்கியமானதொன்றாகவும் இருக்கின்றது.

குறிஞ்சிப்பாட்டு, சீவகசிந்தாமணி மற்றும் 18–ம் நூற்றாண்டைச் சேர்ந்த சிதம்பரநாத மாமுனிவர் இயற்றிய நடராஜ சதகம் ஆகியவற்றில் சங்கு புஷ்பங்களைக் குறித்து சொல்லப் பட்டிருக்கின்றது.

பழந்தமிழ் இலக்கியங்களில் இம்மலர், "மணியைப் பார்ப்பது போல நீலநிறத்தில் இருக்கும், மயில்பீலியின் கண்போல் இருக்கும், கண்ணைப்போல் இருக்கும், கண்ணைப்போல் மலரும்" என்று பலவாறு குறிப்பிடப்பட்டுள்ளது.

"மணி கண்டு அன்ன மா நிற கருவிளை
ஒண் பூ தோன்றியொடு தண் புதல் அணிய' – நற் 221/1,2.

(நீலமணியைக் கண்டாற்போன்ற கரிய நிறமுள்ள கருவிளை மலர், ஒள்ளிய பூவாகிய செங்காந்தளோடு குளிர்ச்சியுள்ள புதர்களை அழகுசெய்ய)

"தண் புன கருவிளை கண் போல் மா மலர்' – நற் 262/1

(குளிர்ச்சியான கொல்லையில் வளர்ந்த கருவிளம்பூவின், கண்போல மலர்ந்த, பெரிய பூவானது)

"பீலி ஒண் பொறி கருவிளை ஆட்டி' – குறு 110/4

(மயில்தோகையின் ஒளிரும் கண்ணினைப் போன்ற கருவிளம் பூவை ஆட்டி)

"கருவிளை முரணிய தண் புதல் பகன்றை'–அகம் 255/11

(பகன்றையும் கருவிளையும் நிறத்தால் மாறுபட்டவை)

மணிப்பூங் கருவிளை – குறிஞ்சிப்பாட்டு (அடி 68)

கண் என கருவிளை மலர – ஐங் 464/1

நீர் வார் கண்ணின் கருவிளை மலர – அகம் 294

அழற்படு காதையில் இளங்கோவடிகள் நால்வகைச் சாதியினரில் உழவுத் தொழிலால் உடல் கருத்த வேளாளனை உடல் நிறத்தால், 'கருவிளை புரையும் மேனியன்' எனக் குறிப்பிடுகிறார்.

திருத்தில்லையில் பட்டினத்தாரும், 'காமப் பாழி, கருவிளை கழனி தூமைக் கடவழி' என்கிறார்.

இலக்கியங்களில் அதிகமாக நீலச்சங்கு மலர்களும் குறிஞ்சிப் பாட்டு ஒன்றில் ஓரிடத்தில் மட்டும் வெண் சங்கு மலர்களும் குறிப்பிடப்பட்டுள்ளன. இரும்பைக் குழம்பாக்க இம்மலர்ச்சாறு பயன்படும் என்றும் பழந்தமிழ் நூல்களில் குறிப்பிடப்பட்டிருக்கிறது. குறிஞ்சிப்பாட்டு குறிப்பிடும் தலைவியும், தோழியும் குவித்து விளையாடி தழையாடை முதலான அணியாக்கிக்கொண்ட 99 பூக்களில் இதுவும் ஒன்று.

கிரிகணிக்கி, கிர்குணா என்று கன்னடத்திலும், ஷேங்கபுஷ்ப என்று மராத்தி மற்றும் கொங்கணியிலும், கோகர்ணிகா, அர்த்ரகர்ணி என்று சமஸ்கிருதத்திலும் அழைக்கப்படுகின்ற இக்கொடி அவரை, துவரை, உளுந்து போன்ற பயறு வகைகளின் குடும்பமாகிய ஃபேபேசியைச் சேர்ந்தது.

ஆசியாவில் தோன்றி, தற்போது ஆப்பிரிக்கா, அமெரிக்கா, ஆஸ்திரேலியா போன்ற கண்டங்களிலும் காணப்படுகின்ற இத்தாவரத்திற்கு 'காக்கணம், உயவை, மாமூலி, காக்கட்டான்,

நீல காக்கட்டான், சங்கங்குப்பி, சங்க புஷ்பி, சங்குப்பூ, சங்கு புஷ்பம், கன்னிக் கொடி, இரிகன்னு, கருவிளை, காக்கரட்டான், சுபுஷ்பி, மோஹநாசினி, ஸ்வேதை, ஸ்வேதா' எனவும் பெயர்கள் உள்ளன.

இலங்கையில் இது நீல காக்கணை. மகாபாரதத்தில் குறிப் பிடப்படும் அபராஜிதாவும், ஆண்டாள் 'கார்க்கோடப் பூ' என்பதுவும் இதே மலரைத்தான். 'கிருஷ்ணனின் ஒளி' என்கிறார் இதை அரவிந்த அன்னை. நீலக்குருவியொன்றை 'ருவிளை இதழைச் சிறகாக்கி காற்றில் எழுந்த பூவரசம்' என்கிறார் ஜெயமோகன் வெண்முரசின் நீலத்தில்.

இதன் ஆங்கிலப் பெயர்கள்: Blue butterfly, Asian pigeon wings, Butterfly pea, Bluebell vine, Blue pea, Kordofan pea & Darwin pea.

சிவாலயங்களில் காலை, மாலை, பகல் பூஜைகளுக்கென்று தனித்தனியே மலர்களைக் குறிப்பிடும் ஆகமம் சங்குப் புஷ்பத்தைப் பகல் நேர பூஜைக்கு உகந்ததாகக் குறிப்பிடுகின்றது. ஐப்பசி மாத பவுர்ணமியில் சிவனுக்குச் செய்யப்படும் விசேஷ பூஜையில் மிக முக்கியமானதாகக் கருதப்படுவதும் வெண்சங்கு புஷ்பமே. அதற்குப் பிறகுதான் வில்வமும், கொன்றையும், மகிழமும், மல்லிகையும்.

கோயம்புத்தூர், கோட்டைமேடு பகுதியில் அமைந்துள்ள ஆயிரமாண்டுகளுக்கு முற்பட்ட பழமையான சங்கமேஸ்வரர் ஆலயம் சங்குபுஷ்பம் இருந்த காட்டை அழித்துக் கட்டப்பட்டதால் இறைவனுக்குச் சங்கீஸ்வரன் என்றே பெயர். இவரை வழிபட்ட விஜயநகரப் பேரரசுக்குச் சங்கவம்சம் என்ற பெயரும் உண்டு.

சரக மகரிஷி தொகுத்தளித்த சரக சம்ஹிதையில், கற்கும் திறன், பகுத்தறிவு, ஞாபகத்திறன் ஆகியவற்றை அதிகரிக்க உதவும் நான்கு மூலிகைகளாக வல்லாரை, அதிமதுரம், சீந்தில்கொடி, சங்குபுஷ்பம் ஆகியவை குறிப்பிடப்பட்டிருக்கின்றது.

சங்குப் பூச்செடி, காடுகள், தரிசு நிலங்கள், வேலிகள், தோட்டங்களில் இயற்கையாகக் காற்றில் பரவிவரும் சிறு விதைகளால் முளைத்து வளர்கிறது. ஈரப்பதமான மண்ணில் செழித்து வளரும் ஏறு கொடி வகையை (Climber) சார்ந்த இவை, மரங்களையோ கொழுகொம்புகளையோ பற்றிக்கொண்டும், பற்றுக் கொம்பில்லாதபோது தரையிலேயே அடர்ந்து புதர்போலப் பரவியும் வளரும்.

இச்செடி இளம்பச்சை கூட்டிலைகளையும், பளிச்சிடும் மலர்களையும் உடையது. 4×3 செமீ அளவில், நன்றாக விரிந்து மலர்ந்திருக்கையில், சங்கைப் போலத் தோன்றும் இதன் மலர்கள் வெள்ளை, ஊதா, கருநீலம் மட்டுமல்லாது கலப்பு வண்ணங்களிலும், இளநீலத்திலும் கூட இருக்கின்றன. நீல நிறமான அடுக்கிதழ்களால் ஆன மலர்களைக் கொண்ட செடிகளும் அரிதாக வளர்வதுண்டு. சிறிய 4-10 செ.மீ நீளமே உள்ள இளம்பச்சை பீன்ஸ் போன்ற காய்களில் 6 முதல் 10 தட்டையான விதைகள் இருக்கும். ஆழமாக வளரும் இதன் ஆணிவேர்கள் இக்குடும்பத்தின் பிற தாவரங்களைப் போலவே வளிமண்டல நைட்ரஜனை மண்ணில் நிறுத்தி மண்ணை வளமாக்குகிறது.

வெள்ளை, நீலம் இரண்டு வகைச் செடிகளிலுமே இலை, வேர், மலர்கள், விதை ஆகிய அனைத்தும் மருத்துவத்தில் பயன்படுபவை.

ஆண்டு முழுவதும் பூத்துக் காய்க்கும் செடியான இதன் மலர் உள்ளிட்ட அனைத்து பாகங்களில் இருக்கும் பல வேதிப்

பொருட்களில் ternatins, triterpenoids, flavonol glycosides, anthocyanins, steroids, Cyclic peptide-cliotides ஆகியவை மிக முக்கியமானவை. மலரின் அடர் நீலநிறம் இதிலிருக்கும் anthocyanins வகையைச் சேர்ந்த delphinidin என்னும் நிறமியால் உண்டானது.

தாவரவியல் வகைப் பாட்டியலில் இத்தாவரம், Clitoria என்ற பேரினத்தினைச் சார்ந்தது. இப்பேரினத்தின் கீழ் *50* –க்கும் மேற்பட்ட சிற்றினங்கள் உள்ளன. அடர் நீலநிறப் பூக்களுடன் இருக்கும் ***Clitoria ternatea*** தமிழில் கருவிளை எனவும், வெள்ளை நிற மலர்களைக் கொண்ட ***Clitoria ternatea var. albiflora*** செருவிளை (கரிசண்ணி, வெள்ளைக்காக்கணம்) எனவும் அழைக்கப்படுகின்றன.

இதன் (Genus/ Generic name) பேரினப் பெயரான Clitoria என்பது மலர்களின் இதழமைப்பு பெண் இனப்பெருக்க உறுப்பை ஒத்திருப்பதால் லத்தீன் மொழியில் பெண்ணின் ஜனன உறுப்பின் பகுதியான clitoris என்பதைக் குறிக்கின்றது.

இச்செடி முதன்முதலாக *1678*–ல் Johann Philipp Breyne எனும் ஜெர்மானிய தாவரவியலாளரால் இந்தோனேஷிய தீவுக்

கூட்டங்களிலொன்றான 'டெர்னேஷியா'வில் கண்டறியப் பட்டபோது Flos clitoridis ternatensibus என்று பெயரிடப்பட்டது.

பிறகு David Krieg என்பவர் 1698-ல் நீல நண்டுகளுக்குப் பெயர் பெற்ற மேரிலாண்டில் கிடைத்த சங்கு புஷ்ப செடிகளை, Clitoria mariana என்னும் பெயரில் குறிப்பிட்டு உலர் தாவரம் ஆக்கினார். இந்த ஹெர்பேரியம் இன்றும் Edinburg, Royal botanical garden அருங்காட்சியகத்தில் பாதுகாப்பாக வைக்கப்பட்டிருக்கிறது.

ஆனால் பல தாவரவியலாளர்கள் (James Edward Smith -1807, Amos Eaton – 1817, Michel Étienne Descourtilz -1826 & Eaton and Wright -1840) இத்தனை அப்பட்டமாகப் பெண் உறுப்பைக் குறிக்கும் பெயரை ஒரு தாவரத்திற்கு வைத்ததற்கு, தொடர்ந்து பல வருடங்கள் பலவாறு எதிர்ப்பைத் தெரிவித்து Vexillaria, Nauchea போன்ற வேறு பல மாற்றுப்பெயர்களையும் பரிந்துரைத்தார்கள். ஆனாலும் Clitoria என்னும் இந்தப் பெயர்தான் இன்று வரையிலும் நிலைத்திருக்கிறது. தாவரங்களுக்கு இரு பெயரிடும் binomial முறையைக் கொண்டு வந்த போது லினேயஸ் Genus எனப்படும் பேரினத்துக்கு அதே clitoria-வையும் Species எனப்படும் சிற்றினத்திற்கு ternatea என்பதையுமே வைத்தார்.

பல நாடுகளிலும் வட்டார வழக்குப் பெயரும் இதே பொருளில்தான் இருக்கிறது.

இச்செடியின் இளம் தண்டுகள், மலர்கள், இலைகள் மற்றும் பிஞ்சுக்காய்கள் ஆகியவை உலகின் பல்வேறு பகுதியில் உணவாக உண்ணப்படுகிறது. தேனீக்கள் மற்றும் சிறு பூச்சிகளால் மகரந்தச் சேர்க்கை நடைபெறும் இம்மலர்கள் பட்டுப் பூச்சிகள், மற்றும் பறவைகளை வெகுவாகக் கவரும். வேகமாக வளரும் இயல்புடைய, விதைகள் மூலம் இனப்பெருக்கம் செய்யும் இச்செடி விதைத்த 6 அல்லது 7-வது வாரத்திலிருந்து மலர்களைக் கொடுக்கத் துவங்கும்.

கால்நடை தீவனமாகவும் உணவாகவும் மருந்தாகவும் உணவு நிறமூட்டியாகவும் இதன் பயன்பாடுகள் ஏராளமாக இருப்பினும் தென்னிந்தியாவில் இச்செடி வழிபாட்டுக்குரிய மலர்களைக் கொடுப்பதாகவும், அலங்காரச் செடியாகவும்

மட்டுமே கருதப்படுகின்றது. அதன் பிற பயன்களை அவ்வளவாக அறிந்திராத இப்பகுதியைப் பொருத்தவரை இச்செடி மிகக் குறைவாகவே உபயோகத்தில் இருக்கும் தாவரமாகவே (underutilized plant) இன்னும் இருக்கிறது.

மனித உடலில் உள்ள தசவாயுக்கள், தசநாடிகளின் அடிப்படையிலேயே சித்தர்கள் மருத்துவ சிகிச்சை அளித்து வந்தனர். இந்தப் பத்து வாயுக்களும் நம் உடலின் அனைத்துச் செயல்பாடுகளையும் தீர்மானிக்கின்றன. இவையே நம் உடலைப் பாதுகாப்பவையும்கூட. இவற்றில் உடம்பில் நடுப் பகுதியில் உள்ள, உணவைச் செரிக்க உதவும் சமானன் வாயுவின் பணியில் ஏற்படும் பாதிப்பைச் சரி செய்யக்கூடிய ஆற்றல் சங்கு புஷ்பத்துக்கு உள்ளது எனக் கருதப்படுகிறது.

சிவவாக்கியர் என்ற சித்தர் வெண்சங்கு மலர் பற்றி மிகவும் சிலாகித்துப் பாடியிருக்கிறார். மன அமைதியின்மை, உறக்கமின்மை, நரம்புத் தளர்ச்சி போன்ற நோய்களுக்கும் சங்கு புஷ்பக் கொடி நிவாரணமளிக்கிறது. ஆயுர்வேதத்தில் மனதைச் சாந்தப்படுத்துவதற்காக மருந்தாகச் சங்குபுஷ்பம் பல நூற்றாண்டுகளுக்கு முன்பிருந்தே பயன்படுத்தப்பட்டு வருகிறது.

ரத்தக்குழாய் அடைப்புக்கும், யானைக்கால் வியாதிக்கும் இதன் விதைகள், வேர்கள், மலர்ச்சாறு ஆகியவை சிறந்த மருந்தாகும். சங்கு புஷ்பக் கொடியின் விதை மற்றும் வேர்ப் பகுதிகள் இருமல், கல்லீரல், மண்ணீரல் மற்றும் மூட்டு வலி நோயைக் குணப்படுத்தவும் உதவுகிறது.

தென்கிழக்கு ஆசியாவில் உணவில் நிறத்தைச் சேர்ப்பதற்காக இப்பூவின் சாறு பயன்படுத்தப்படுகிறது. மலர்களைச் சூடான அல்லது குளிர்ந்த பானமாக அருந்துவதன் மூலம் இதன் மருத்துவப் பலன்களை எளிதாகப் பெறலாம்.

பத்து அல்லது 12 புதிய அல்லது உலர் மலர்களைக் கொதிநீரில் இட்டு நீர் நீலநிறமாகும் வரை கொதிக்க வைத்து வடிகட்டி ஒரு கோப்பை பானம் தயாரித்து அருந்தலாம். சுவையை மேம்படுத்தச் சங்குபுஷ்ப பானத்துடன் தேன், சர்க்கரை, இஞ்சி அல்லது புதினா, எலுமிச்சை புல், எலுமிச்சை சாறு சேர்த்தும் அருந்தலாம். எலுமிச்சைச் சாறு சேர்க்கையில் நீலநிறம் இளஞ்சிவப்பாகிவிடும்.

சாதாரண தலைவலி, கைகால் வலி, அசதி போன்றவற்றிற்கும் சங்குபுஷ்ப பானம் நல்ல நிவாரணம் தரும். இப்பானம் ரத்த அழுத்தத்தைக் குறைக்கும். உணவில் இருக்கும் சர்க்கரை ரத்தத்தில் சேரும் வேகத்தையும் இச்சாறு குறைப்பதால் சர்க்கரை நோய்க்கும் நல்ல மருந்தாகின்றது. பக்க விளைவுகள் ஏதும் இல்லாத இயற்கை மருத்துவமுறை இது.

சாலட்களில் மலர்களையும் இளம் இலைகளையும் காய் களையும் சேர்த்து பச்சையாகவே உண்ணலாம். உலர்ந்த மலர் களையும் விதைகளையும் கூட உணவில் சேர்த்துக் கொள்ள லாம்.

பாலுணர்வைத் தூண்டவும் இம்மலர்கள் பல நாடுகளின் பாரம்பரிய மருத்துவத்தில் பயன்படுத்தப்படுகின்றன. பல்லாண்டுகளாகவே பெண் மலட்டுத்தன்மையை நீக்கவும், பால்வினை நோய்களைக் குணமாக்கவும் சீனப் பாரம்பரிய மருத்துவம் சங்குபுஷ்பச் செடியைப் பயன்படுத்துகிறது என்பதை அறிகையில் மனித உடல் உறுப்புகளின் வடிவிலிருக்கும் தாவர பாகங்கள் அதே உடலுறுப்பின் குறைகளை, நோய்களைத் தீர்க்குமென்பதைச் சொல்லும் doctrines of signature என்பதின் முக்கியத்துவத்தை நினைக்க வேண்டியிருக்கிறது.

மலர்களில் இருக்கும் Acetylcholine என்னும் வேதிப்பொருள் மூளையின் செயல்பாட்டிற்கு மிகவும் உதவுகின்றது. தொடர்ந்து அருந்துகையில் நினைவாற்றல் பெருகும். Cyclotides என்னும் புற்றுநோய்க்கு எதிரான வேதிப்பொருள்களைக் கொண்டி ருக்கும் ஒரு சில அரிய தாவரங்களில் சங்குபுஷ்பமும் ஒன்று.

மலர்களின் அடர் நீலநிறம் மனநோயால் பீடிக்கப்பட்டு இருப்பவர்களை அமைதிப்படுத்துகிறது. வேர்கள் சிறுநீர் பெருக்கும். பாம்புக்கடிக்கு விஷமுறிவாகவும் இச்செடியைப் பழங்குடியினர் பயன்படுத்துகிறார்கள்.

மலர்ச்சாற்றுடன் உப்புச் சேர்த்துக் கொதிக்க வைத்து அந்த நீராவியைக் காதில் காட்டினால் காது வலி குணமாகும். இதன் உலர்ந்த இலைகளை மென்று உண்டாலே தலைவலி, உடல்வலி நீங்கும்.

செயற்கை உணவு நிறமூட்டிகளின் பக்க விளைவுகள் அதிகமென்பதால் இம்மலர்களிலிருந்து எடுக்கப்படும் நிறமூட்டி

களுக்குத் தற்போது நல்ல வரவேற்பிருக்கிறது. தென்கிழக்கு ஆசியாவில் இம்மலர்கள் bunga telang என்னும் பெயரில் இயற்கையான உணவு நிறமூட்டியாகப் பயன்படுத்தப்படுகிறது. மலாய் உணவுகளில் அரிசிச் சோற்றை நீலநிறமாக்க சங்குப் பூச்சாறு பயன்படுத்தப்படுகின்றது.

மலேசியாவின் சில பகுதிகளில் சங்குப் புஷ்பத்தின் அரும்புகள் சிலவற்றை அரிசி வேகும்போது சேர்த்து இளநீல நிறமான nasi kerabu எனப்படும் உணவைத் தயாரிக்கிறார்கள். தாய்லாந்தில் dok anchan எனப்படும் இந்த மலரிலிருந்து தயாரிக்கப்படும் நீலநிற சர்பத் எலுமிச்சை சாற்றுடன் கலந்து அருந்தப்படுகிறது. தாய்லாந்தின் 'கோவா டோம்' எனப்படும் நீல நிற இனிப்பும் சங்குப்பூவைக் கொண்டு செய்யப்படுகிறது.

பர்மாவிலும் தாய்லாந்திலும் மாவில் தோய்த்த இம் மலர்களை பஜ்ஜி போல் பொறித்தும் உண்கிறார்கள். பல நாடுகளில் இம்மலரின் சாறை ஜின் போன்ற பானங்களிலும் சேர்த்து, நிறம் இளஞ்சிவப்பாக மாறியபின் பருகும் வழக்கம் இருக்கிறது.

ஆஸ்திரேலியாவின் நிலக்கரி சுரங்கத்தின் சுற்றுப்புறங்களில் தாவரங்கள் அழிந்து மலடாகிப்போன மண்ணில் இவற்றை வளர்க்கிறார்கள் (revegetation crop).

இத்தனை அழகிய, எளிதில் வளரக்கூடிய நலம் பயக்கும், நோய் தீர்க்கும் பக்க விளைவுகளற்ற சங்குப்பூச் செடியை வீடுகளிலும், தோட்டங்களிலும், பூத்தொட்டிகளிலும் வளர்த்துப் பயன் பெறலாம். தற்பொழுது பல இடங்களில் மருத்துவப் பயன்களுக்காக இவை சாகுபடி செய்யப்படுகின்றன. இதன் உலர்ந்த மலர்களும் மலர்ப்பொடியும் சந்தையில் கிடைக்கிறது. இதன் பலன்களை அதிகம் பேர் அறிந்து கொண்டிருப்பதால் ஆன்லைன் வர்த்தகத்திலும் இம்மலரின் தயாரிப்புகள் அதிகம் விற்பனையில் இருக்கின்றன.

## ஆதாரங்கள் உதவிய நூல்கள்:

1. https://en.wikipedia.org/wiki/Clitoria_ternatea
2. https://www.majesticherbs.com/clitoria-ternatea-blue-butterfly-pea-flowers-benefits/#:~:text=A%20traditional%20Chinese%20and%20Ayurvedic%20medicine%2C%20Clitoria%20Ternatea,or-%20to%20make%20a%20strikingly%20vibrant%20coloured%20tea.
3. https://food.ndtv.com/food-drinks/blue-rice-understanding-this-new-social-media-food-trend-that-makes-for-really-pretty-pics-2373284.

## பொன் முத்தம்

**வீட்டில்** ஒரு கத்திச் சவுக்கு மரம் இப்போதுதான் மலரத் தொடங்கி இருக்கிறது. இலைகளே தெரியாமல் மரம் முழுவதும் பூத்திருக்கும் மஞ்சள் மஞ்சரிகளிலிருந்து நுண் மலர்களும், மகரந்தப் பூம்பொடியும் மழைபோலப் பொழிந்து வீடும் வாசலும் மஞ்சள் குளித்துக் கொண்டிருக்கிறது. 'மஞ்சுளா' என்று மரத்திற்குப் பெயரும் வைத்தாயிற்று. ஒரு மரத்திற்கு இத்தனை மகரந்தம் ஏராளம்தான். ஆனாலும் அடுத்த சந்ததிகளை உறுதிசெய்ய, காற்றில், நீரில் பரவும்போது, வீணாய்ப் போகவிருக்கும் மகரந்தங்களையும் கணக்கில் எடுத்துக்கொண்டு தேவைக்கும் அதிகமாக, இப்படி ஏராளமாக மகரந்தங்களை உருவாக்குகின்றன தாவரங்கள்.

தாவரங்களின் மகரந்தச் சேர்க்கை என்பது காதல் செய்வதுதான். பிற உயிர்களைப் போலத் தன் இணையைத் தேடிச் செல்ல முடியாமல், வேர்களால் நிலத்துடன் பிணைக்கப்பட்டு இருப்பதால் தாவரங்களில் இணையைத் தேடி காதலுடன் பயணிப்பது மகரந்தங்களே. ஆண் மரங்களிலிருந்து மகரந்தம் பெண் மரங்களின் மலர்களைத் தேடிப் பல கிலோ மீட்டர் பயணிப்பதும், அப்போது பெண் மலர்கள் கருவுறுதலுக்குத் தயாராக இருந்து மகரந்தத்தை வாங்கிக்கொள்ளுவதும், காற்றில் கலந்திருக்கும் பல்லாயிரக்கணக்கான பிற தாவரங்களின் மகரந்தங்களினால் பெண்மலர்கள் சூல் கொள்ளாமலிருக்க தேவையான தடுப்பு ஏற்பாடுகளைச் செய்து கொள்வதும், பலவீனமான மகரந்தங்கள் வந்து சேர்கையில் அவற்றை முளைக்க விடாமல் பெண் மலர்களே அழித்துவிடுவதுமாய் கருவுறுதலின் ஏற்பாடுகளை மலர்கள் அதீத கவனத்துடன், புத்திசாலித்தனமாக மேற்கொள்கின்றன. 'Pollination Romance' என்றே இதைக் குறிப்பிடலாம்.

தென்னையைப்போல ஒரே பாளையில் ஆண் பெண் மலர்கள் தனித்தனியாகவும், செம்பருத்தியைப்போல ஒரே தாவரத்தில் இருபால் மலர்களும், பப்பாளி, ஜாதிக்காய் மரங்களைப்போல

ஆண் பெண் மரங்கள் தனித்தனியேவும் தாவரங்களிலும் இருக்கின்றன.

மலர்கள் கொண்டிருக்கும் மரங்களனைத்தும் கனி தரும் என்றும் அப்படிக் கனி தராதவை மலட்டு மரமென்றும் கருதப்படுகின்றது. கனியளிக்காதவை ஆண் மரங்கள், மலட்டு மரங்களல்ல.

பலர் வீடுகளில் ஆண் மரங்களை அது காய்க்காத மலட்டு மரம் என்று வெட்டி விடுகிறார்கள். ஒரே ஒரு ஆண் மரமாவது, எங்கோ ஓரிடத்தில் இருந்தால்தான் அதன் மகரந்தங்கள் தேடிச்சென்று காதல் கொண்டபின், அந்த ஊரின் அனைத்து பெண் மரங்களும் கனி கொடுக்கும்.

உலகின் பூக்கும் தாவரங்களில் 3,30,000 தாவரங்களுக்குப் பாலினப் பெருக்கம் செய்ய மகரந்த சேர்க்கை அவசியமாக இருக்கின்றது. இதன்பொருட்டு மகரந்தங்கள் மிகச் சரியான பருவத்தில் வெளியாகி, அவற்றின் இணையைத் தேடி பயணிப்பதும், அவற்றை அடையாளம் கண்டுகொள்வதும், மிக ஆச்சர்யம் அளிப்பவை. இந்தக் காதலுக்கு நீரும் காற்றும் பறவைகளும் தேனீக்களும் குளவிகளும் வண்டுகளும் எறும்புகளும் விலங்குகளும் துணை செய்கின்றன.

தன் மகரந்தச் சேர்க்கைக்கான எல்லா வசதிகளும் இருக்கையில், மலர்களின் மெல்லிய அசைவிலேயே மகரந்தம் பெண் மலர்களின்மீது பொழியும் என்றாலும் வீரியமிக்க சந்ததிகளை இம்முறையில் உண்டாக்க முடியாதென்பதை அறிந்து, அயல் மகரந்தச் சேர்க்கையை விரும்பும் தாவரங்களின் அறிவை என்னவென்று சொல்வது?

இருபால் மலரான செங்காந்தளைப் பார்த்தால் தெரியும் தன் சூலக முடியில் தனது மகரந்தங்கள் விழுந்துவிடக் கூடா தென்பதற்காக, ஆண் பகுதியிலிருந்து, சூலக முடியினை முடிந்த வரையிலும் தள்ளி அமைத்திருக்கும்.

ஆண் பகுதியிலிருந்து மகரந்தம் எளிதில் வெளிவராத சில குறிப்பிட்ட வகை குழல் மலர்களில், வண்டுகள் தங்களது உடலை மலர்களில் வேகமாக உரசி மகரந்தத்தை வெளிவரச் செய்து தங்கள் உடம்பில் எடுத்துக்கொண்டு போகும் Buzz pollination என்பதுவும் தாவரவியலின் ஆச்சர்யங்களில் ஒன்று.

இந்த உரசலின் அலைவரிசை மிகத்துல்லியமாக இருந்தால் மட்டுமே இம்மலர்களிலிருந்து மகரந்தம் வெளியே வரும். உலகின் 9 சதவீத மலர்களில் இந்த உரசல் தேவையாக இருக்கிறது. உரசலின்போது மகரந்தம் வண்டுகளின் உடலின் அடிப்பாகங்களிலும், கால்களுக்கு இடையிலும் பீய்ச்சி அடிக்கப்படுகின்றது, மகரந்தப் பொடி பூசிய இவ்வண்டுகள் பிற மலர்களில் அமரும்போது எளிதாகக் காதல் நடக்கின்றது. இந்தப் பீய்ச்சியடிக்கும் வேகமானது புவிஈர்ப்பின் வேகத்தைவிட 30 மடங்கு அதிகமெனக் கணக்கிடப்பட்டிருக்கிறது.

இவ்வண்டுகள் அமர்ந்து சென்ற மலர்களின்மீது அடர் மஞ்சள் மகரந்த துணுக்குகள் பொன்முத்தங்களென அமைந்திருக்கும். நம் கண்ணுக்குத் தெரியாத இந்தக் காதலின்போது ஆண் பெண் தாவரங்கள் தங்களுக்கிடையே சரியான இணையைத் தேடுவதும், சமிக்ஞை அளிப்பதையும், பின்னர் பிழையின்றி அதே இனத்தின் பெண் மலரைக் கண்டடைவதையும் குறித்த பல ஆய்வுகள் நடந்துகொண்டிருக்கின்றன.

பிற உயிரினங்களில் நடப்பது போலவே ஒன்றுக்கும் மேற்பட்ட மகரந்தங்கள் பெண் மலரில் விழுந்து, அனைத்துமே முளைத்து ஒன்றுடன் ஒன்று போட்டி போட்டுக்கொண்டு பெண் முட்டையை அடைந்து விதிக்கப்பட்ட ஒன்றே ஒன்றின் குழல் வெடித்து விந்து வெளியேறி, இணைந்து கருவுறுதல் நிகழ்கின்றது.

பாலையின் மகரந்தச் சேர்க்கை மற்ற நிலப்பரப்புகளை விடச் சிறப்பானதாயிருக்கும். அங்கு வரும் பூச்சிகளின் எண்ணிக்கை குறைவென்பதால் வரும் பூச்சிகளுக்குப் பரிசாக இனிப்புகளையும் எண்ணெய்த்துளிகளையும் அமினோ அமிலங்களையும் மலர்கள் மகரந்தக்குவையின்மீதே வைத்திருக்கும்.

பாலைப்பெருமலர்வு (Desert super bloom) எனப்படும் அரிய தாவரவியல் நிகழ்வில் வழக்கத்துக்கு மாறான மிக அதிக மழைப்பொழிவு இருக்கும்போது, முந்தைய மழையில் உருவாகி பாலை மணலில் புதைந்திருக்கும் விதைகள் முளைத்து மிக அதிக அளவில் பாலைத் தாவரங்கள் ஒரே சமயத்தில் மலர்ந்து, மகரந்தம் பரப்பி, சூல்கொண்டு, மீண்டும் ஏராளமான விதைகளை உருவாக்கும் நிகழ்வு. கலிஃபோர்னியா பாலைகளில்

பத்து ஆண்டுகளுக்கொருமுறை இம்மலர்வு நிகழும். 1990 களுக்கு பிறகே பாலை பெருமலர்வென்னும் இந்தச் சொல் புழக்கத்தில் வந்தது

மகாபாரத்தில் அபுமன்யூ மலர்ப்பொறி சூழ்கையில் சிக்கிக் கொள்வதை அறிந்திருக்கிறோம். அப்படி இயற்கையிலேயே மலர்ப்பொறிகள் உள்ளன. தாமரையின் உள்ளிருக்கும் மலரமுதை அருந்தி, அங்கிருக்கும், மித வெப்பத்தில் மதிமயங்கி, வண்டுகள் உள்ளேயே இரவெல்லாம் சிறைபட்டு பின்னர் காலையில் வெளியே வருவதைப் பல பழந்தமிழ் பாடல்கள் குறிப்பிட்டிருக்கின்றன.

Trap blossoms எனப்படும் இவ்வகை மலர்ப்பொறிகள் தாமரையல்லாத மலர்களிலும் உள்ளன. சில கொடித்தாவரங்கள் நெருக்கமாக ஒன்றையொன்று தழுவிக் கொண்டிருக்கும் மலர் மஞ்சரிகளைக் கொண்டிருக்கும். அவற்றைத் தேடி வரும் பூச்சிகளை அந்த மஞ்சரிகளுக்குள்ளேயே சிறிது நேரம் வெளியேற முடியாத வகையில் பிடித்து வைத்துக்கொண்டு, பின்னர் மகரந்தம் அவற்றின் உடல் முழுக்க பூசப்பட்ட பின்னர் அவற்றை விடுவிக்கும்

மலர்களிலிருந்து மலரமுதை (Nectar) மட்டுமல்லாது மகரந்தங்களையும் பல பூச்சிகள் உண்ணும்.

ஒரு மரத்தின் நுண்சாரமான மகரந்தத்தில் அபரிமிதமான சத்துக்கள் அடங்கி இருப்பதால் பல நாடுகளில் தேனைப் போலவே மகரந்தங்களும் சேகரிக்கப்பட்டு, மனிதர்களுக்கு உணவாகின்றது. பைன் மகரந்தங்கள் இவற்றில் மிகப் பிரபலமானது. கொரியப் புத்தாண்டு கொண்டாட்டங்களில் மாதத்துக்கொன்றென நீள ஸ்கேல் போன்ற அட்டையில் பொதிந்திருக்கும் Dasik சிறப்பு பிஸ்கட்டுகள் பைன் மகரந்தங்களைக் கொண்டுதான் தயாரிக்கப்படுகின்றன.

பூச்சிகளும் மலரமுதுடன் மகரந்தங்களையும் உண்ணும். அவற்றைச் சேகரித்துக் கூடுகளுக்கு எடுத்துச் செல்லும். மகரந்தத்தைச் சேகரிக்கும் கூடை போன்ற அமைப்பினை (pollen Basket) பல வண்டுகளும் தேனீக்களும் பின்னங்கால்களில் கொண்டிருக்கின்றன. இன்னும் சில பூச்சி இனங்கள் மகரந்தத்தைச் சேகரிக்க உடலின் பின்பகுதியில் அடர்ந்த முடி

அமைப்பைக் கொண்டிருக்கும். மகரந்தங்களை உண்ணும் உயிர்கள் Palynivore எனப்படுகின்றன.

தேனீக்களை வளர்த்துத் தேன் சேகரிப்பவர்கள் தேன் கூடுகளின் பின்புறம் தேனீக்கள் நுழைகையில் அவற்றின் உடலிலிருந்து மகரந்தங்களை மட்டும் பிரித்தெடுக்கும் சல்லடைப் பொறிகளை வைத்திருப்பார்கள். வளர்ந்த நாடு களில் பழப்பண்ணைகளில் தேவைப்படும் தேனீக்களைப் பண்ணைக்குள்ளேயே ஆயிரக்கணக்கில் கூடுகளில் வளர்க்கும் கட்டுப்படுத்தப்பட்ட மகரந்தச் சேர்க்கை நடத்தவெனச் சிறப்பு தொழிநுட்பங்களும் தற்போது கடைப்பிடிக்கப்படுகின்றன.

மலருயிரியல் எனப்படும் Floral biology-யின் துணை அறி வியலான Anthecology என்பது மகரந்தச் சேர்க்கையை, அதற்குத் துணைபோகும் உயிரினங்களை, இவற்றிற்கிடையேயான தொடர்புகளை, புரிதல்களைப் பற்றிய அறிவியல். மகரந்த துகள்களைப் பற்றிய பிரத்யேக அறிவியல் palynology எனப் படுகிறது.

மகரந்தச் சேர்க்கையின் முக்கியத்துவம் அறிந்த பல நாடு களில் இந்தப் பூச்சிகளின் வழித்தடங்கள் பாதுகாக்கப்படுகிறது. முதன்முதலில் மகரந்த வழித்தடங்கள் (pollinator corridors) என்னும் சொல்லைச் சூழலியலாளர் ஃப்ளெமிங் (Ted Fleming) 1993-ல் உருவாக்கினார். வலசை செல்லும் சிறு பறவைகளும் பூச்சி இனங்களும் மகரந்தச் சேர்க்கை செய்த பின்னர் திரும்பிச் செல்லும் பயண வழியில் சோர்வடையாமல் இருக்க மகரந்தம் கொண்டிருக்கும் மலர்கள் அவற்றிற்குக் கொழுப்பு, சர்க்கரை ஆகியவற்றை முன்னரே சேமித்து வைத்திருந்து அளிக்கின்றன.

காலநிலை மாற்றங்களினால் இந்த மகரந்த வழித்தடங்களில் ஏதேனும் ஒன்றில் ஏற்படும் மாற்றம் அல்லது சேதம் பல தாவரங்களின் இனப்பெருக்கத்தை நேரடியாகப் பாதிக்கின்றது. இவ்வழித்தடங்களில் இருக்கும் தாவரங்களும் அவற்றில் அடுத்தடுத்து மகரந்தச் சேர்க்கையும், கருவுறுதலும் நிகழும் காலங் களும் அவற்றிற்கு உதவும் பூச்சி இனங்களும் குறித்த ஆய்வுகள் மிக முக்கியமானவை.

இவ்வழித்தடங்களில் நடத்தப்பட்ட ஆய்வுகள் ஆக்கிரமிப்பு தாவரங்களினாலும், பல தாவரங்களின் பருவம் தவறிய

மலர்தலினாலும் பல வழித்தடங்கள் நிரந்தரமாக அழிந்து விட்டதைக் காட்டுகின்றன. மகரந்தச் சேர்க்கை இல்லையெனில் கருவுறுதலும், விதை உருவாதலும், அடுத்த சந்ததியும் இல்லாமல் போகிறது.

மகரந்தச் சேர்க்கைக்கு உதவும் உயிரினங்கள் மற்றும் மகரந்த வழித்தடங்களின் அழிவு மனிதர்களின் உணவுப் பாதுகாப்பைக் கேள்விக்குறியாக்கும் காலம் வெகுசமீபத்தில் தான் இருக்கிறது என்கிறார்கள் சூழலியலாளர்கள்.

பல அமெரிக்கப் பழங்குடியினர்களில் பலிச் சடங்குகளில் பலி விலங்கின்மீது நாம் மஞ்சள் நீர் ஊற்றுவதுபோல மகரந்தப் பொடியைத் தூவும் வழக்கம் இருக்கிறது. அரிஸோனா மற்றும் மெக்ஸிகோ பழங்குடியினர் மகரந்தத்தால் பூசப்படுகையில் உடல் புனிமடைவதாக நம்புகின்றனர்.

பெரும்பாலான பூச்சியினங்களுக்கு மஞ்சள் நிறம் மட்டுமே கண்ணுக்குப் புலப்படும் என்பதால்தான் மகரந்தங்கள் பொது வாக மஞ்சளில் உருவாக்கப்படுகின்றன. சில குறிப்பிட்ட வகை பூச்சியினங்களுக்காக இளநீலம், வெள்ளை, பச்சை, சிவப்பு உள்ளிட்ட பல நிறங்களிலும் மகரந்தங்கள் உருவாகின்றன.

பிற உயிரினங்களில் ஆண் பெண்ணைக் கவர பிரத்யேகமான அழகும் இறகும் அலங்காரங்களும் நிறங்களும் கொண்டிருப்பது போலவே, மனிதனின் கண்ணுக்கே தெரியாத மின்னணு நுண்ணோக்கியில் மட்டுமே காணக்கிடைக்கும் மகரந்தங்களும், அவற்றின் மேற்புறத்தில் இருக்கும் அழகிய சிற்பங்களின் நுண் செதுக்கல்களைப் போன்ற வடிவங்களும் நிறங்களும் இருக்கின்றன. நுண்ணோக்கிகள் கண்டுபிடிக்கப்படாமல் போயிருந்தால் மகரந்தங்களின் இப்பேரழகை நாம் அறிந்திருக்கவே முடியாது.

'நீங்கள் பார்ப்பதற்காக அல்ல. ஒட்டுமொத்தமாக ஒரு மெய்மையைச் சிற்பமாக்கும் பொருட்டு அவை அங்கே செதுக்கப்பட்டுள்ளன. எவருமே பார்க்கவில்லை என்றாலும் ஆலயம் குறைவுபடுவதில்லை. பாருங்கள், எவருமே பார்க்க முடியாத இடங்களிலெல்லாம்கூட சிற்பங்கள் நிறைந்திருக்கும். சில ஆலயங்களில் மண்ணுக்கு அடியில்கூட சிற்பங்கள் புதைக் கப்பட்டிருக்கும். அவை அந்த ஆலயத்தின் இயல்பான

நுண்கூறுகள், அவ்வளவுதான். அங்கே அவை இருப்பது மனிதனின் தேர்வு அல்ல. மனிதன் விலக்கக்கூடுவதும் அல்ல. அது படைப்பின் பகுதி. இயற்கையின் பகுதி. நன்று தீது என்பதற்கு அப்பால் உள்ளது என்று பாலுறவின் ஆன்மீகம் குறித்த கட்டுரையில் எழுத்தாளர் ஜெயமோகன் சொல்லி இருப்பார். மகரந்தங்களின் அழகையும் இத்துடன் ஒப்பிடலாம்

ஆதாரங்கள், உதவிய கட்டுரைகள்:

1. https://byjus.com/biology/pollen-grains/
2. https://en.wikipedia.org/wiki/Pollen
3. https://askabiologist.asu.edu/tamil/%E0%AE%AE%E0%AE%95%E0%AE%B0%E0%AE%A8%E0%AF%8D%E0%AE%A4%E0%AE%99%E0%AF%8D%E0%AE%95%E0%AE%B3%E0%AF%8D

(மகரந்தங்களின் பல அழகிய புகைப்படங்களை இந்த இணைப்பில் பார்க்கலாம்-Awesome Microscope Images of Pollen Grains (17 pics) – Izismile.com)

# வெனிலா கல்யாணம்

பவளப் பாறைகளுக்கும், எரிமலைகளுக்கும் மழைக் காடுகளுக்கும் புகழ்பெற்ற இந்தியப் பெருங்கடல் தீவுகளில் ஒன்றான, மடகாஸ்கருக்கும், மொரிஷியசுக்கும் அருகில் உள்ள ரியூனியன் தீவில் இருந்த தனது பண்ணையில் அதன் உரிமையாளர் ஃபெரோல் (Féréol Bellier Beaumont), அடிமைச் சிறுவனான எட்மண்டுடன் தனது வழக்கமான காலை நடையில் இருந்தபோது, அந்த நாள் வரலாற்றில் மிக முக்கியமான நாளாக இருக்கப் போவதை அவரும் அறிந்திருக்கவில்லை.

எட்மண்டை அடிமையாக வைத்திருந்த அவரது சகோதரி அவனை இங்கு உதவிக்கு அளித்ததிலிருந்து அவருக்குத் துணைவனும் நண்பனும் எட்மண்ட் தான். 12 வயதே ஆன சிறுவனாக இருந்த போதிலும் பண்ணையின் தாவரங் களுடனான அவனது அணுக்கமும் அறிவும் ஃபெரோலை எப்போதும் ஆச்சரியப்பட வைக்கும்.

அந்த மாபெரும் பண்ணையைச் சுற்றி வருகையில், 20 வருடங்களுக்கும் மேலாக வளர்ந்து வரும் ஒரு கொடியில் இரு பச்சை நிறக் காய்களைக் கண்டு அப்படியே மலைத்து நின்றவர், “இவை எப்போது காய்த்தன?” என்று எட்மண்டிடம் கேட்டார். “நான் சில நாட்களுக்கு முன்பு கைகளால் இதன் மலர்களுக்கு மணம் செய்து வைத்தேன், எனவேதான் காய்கள் காய்க்கத் தொடங்கி இருக்கின்றன” என்ற எட்மண்டை அவர் அப்போது நம்பவில்லை. ஏனெனில் 20 வருடங்களாகக் காய்களை அளிக்காமல் மலர்களை மட்டும் அளித்து வந்த அந்தக் கொடி இப்போது காய்த்திருப்பது இந்த 12 வயது சிறுவனால் என்பதை அவரால் நினைத்துக்கூடப் பார்க்க முடியவில்லை. இவை நடந்தது 1841–ல்.

ஐரோப்பா நூற்றுக்கணக்கான வருடங்களாய் முயற்சி செய்து தோல்வியுற்ற ஒரு விஷயத்தை ஓர் ஆப்பிரிக்க கருப்பின அடிமைச் சிறுவன் எப்படி இத்தனை சுலபமாகச்

செய்ய முடியுமென்பதே அவரின் சந்தேகமாயிருந்தது. ஆனால் சில நாட்களில் மேலும் சில காய்கள் வந்தபோது எட்மண்டை, "கைகளால் அம்மலர்களுக்கு எப்படி மணம் செய்து வைத்தாய்?" என்று மீண்டும் செய்து காண்பிக்கச் சொன்னார் ஃபெரோல்.

ஒரு சிறு மூங்கில் குச்சியைக் கொண்டு அந்த மலர்களின் ஆண் (pollen bearing Anther), பெண் (Stigma) உறுப்புகளைப் பிரித்துத் தன் மகரந்தச் சேர்க்கையைத் தடுக்கும் (self pollination) ரோஸ்டெல்லம் எனப்படும் மெல்லிய சவ்வை மெல்ல விலக்கி, இனப்பெருக்க உறுப்புகளை ஒன்றோடொன்று சேர்த்து மென்மையாகத் தேய்த்து எட்மண்ட் அதைச் செய்து காட்டினான்.

ஃபெரோல் அன்றே பக்கத்துப் பண்ணையாளர்களை வரவழைத்து எட்மண்டின் அந்த எளிய செய்முறையை அவர்களையும் காணச்செய்தார். பின்னர் எட்மண்ட் அந்தத் தீவு முழுக்கப் பயணித்து, "வெனிலா கல்யாணம்" என அழைக்கப்பட்ட அந்தச் செய்முறையைப் பல அடிமைகளுக்கும் பண்ணையாளர்களுக்கும் செய்துகாட்டி பயிற்சியளித்தான். அன்று தொடங்கி இன்று வரையிலும் அம்மலர்களில் அப்படித்தான் மகரந்தச் சேர்க்கை செய்யப்படுகின்றது.

அந்தக் கொடி வெனிலா ஆர்கிட் கொடி. அதன் பிறகே மெக்சிகோவுக்கு வெளியேயும் அக்கொடிகளில் காய்கள் காய்த்தன.

அந்தச் சிறுவன் எட்மண்ட், ரியூனியன் (பர்பான்) தீவில் செயிண்ட் சுஸானா என்னும் சிறு நகரில் 1829-ல் பிறந்தான். அடிமைப் பணியிலிருந்த அவன் தாய் மெலிசா மகப்பேறில் இறந்தாள். தந்தை யாரென எட்மண்ட்டுக்குத் தெரியாது. மிகச் சில வருடங்களிலேயே அவன் எல்விர் சீமாட்டிக்கு அடிமையாக விற்கப்பட்டான். எல்விர், எட்மண்டை அவரது சகோதரனான ஃபெரோலுக்கு ஒருசில வருடங்களில் அளித்துவிட்டாள்.

பெரும் பண்ணை உரிமையாளரான ஃபெரோல், எட்மண்டின் தாவரங்களின் மீதான விருப்பத்தையும் அறிவையும் எப்போதும் மெச்சுபவர். எட்மண்ட் தனது ஓய்வு நேரங்களிலும்

பண்ணையின் தாவரங்களுடன் இருப்பது வழக்கம். அந்தத் தீவில் 1819–லிருந்து வெனிலா செடிகள் வளர்க்கப்பட்டாலும், அவை காய்களை அளிக்காமல் மலர்களை மட்டும் அளித்த மலட்டுக் கொடிகளாகவே இருந்தன. தன்னை மகனைப் போல நடத்தும் எஜமானருக்கு அக்கொடி காய்களை அளிக்காததில் வருத்தமென்பதால் எட்மண்ட், அக்கொடியை அடிக்கடி கவனித்தவாறே இருந்தான்.

வெனிலாக் கொடிகள் காய்க்கத் துவங்கிய பின்னர் எட்மண்டின் புகழ் அந்தத் தீவெங்கும் பரவியது. அடிமைகளுக்குக் குடும்பப் பெயர் வைத்துக்கொள்ளும் உரிமை இல்லாததால் வெறும் எட்மண்டாக இருந்த அந்தச் சிறுவனுக்கு, ஃபெரோல் லத்தீன் மொழியில் 'வெள்ளை' எனப் பொருள்படும் Albius என்ற பெயரை எட்மண்டுக்குப் பின்னால் சேர்த்துக் கொள்ளும்படி பெயரிட்டார். பின்னர் அவனை அடிமை வேலையிலிருந்தும் 1848-ல் விடுவித்தார்.

எட்மண்ட் ஆல்பியஸின்மீது பலருக்கு, குறிப்பாகப் பல தாவரவியலாளர்களுக்குப் பொறாமை இருந்தது. ழான் மிஷெல் க்ளாட் ரிச்சர்ட்(Jean Michel Claude Richard) என்னும் பிரெஞ்ச் தாவரவியலாளர் தான் சில வருடங்களுக்கு முன்னர் எட்மண்டுக்கு இந்த மகரந்தச் சேர்க்கை முறையைக் கற்றுக் கொடுத்ததாகக் கூறினார். ஆனால் அதை அவரால் நிரூபிக்க முடியவில்லை.

சுதந்திர வாழ்வுக்கு ஆயத்தமான எட்மண்டுக்கு, பொய்க் குற்றச்சாட்டில் திருட்டு வழக்கொன்றில் ஐந்து வருட சிறைத் தண்டனை கிடைத்தது. ஃபெரோல் பெரும் போராட்டத்திற்குப் பின்னர் தண்டனையை மூன்று வருடங்களாகக் குறைத்தார்.

எட்மண்டுக்கு முன்பே 1836–ல் பெல்ஜியம் பல்கலைக் கழகத்தின் தாவரவியல் பேராசிரியர் சார்லஸ் மோரியன் (Charles François Antoine Morren), செயற்கையாக வெனிலா மலர்களை மகரந்தச் சேர்க்கை செய்யும் முறையைக் கண்டு பிடித்திருத்திருந்தார், எனினும் மிகக் கடினமான, அதிக நேரம் பிடித்த அந்த முறை வணிகரீதியாக வெனிலாவைப் பயிரிடுவதற்கு உதவியாக இல்லாததால் அது தோல்வியுற்றது. எட்மண்டின் இந்த எளிய முறைதான் விரைவாக அக் கொடிகளைப் பயிர்செய்து காய்களைப் பெற உதவியது.

தனது எஜமானர் ஃபெரோல், வெனிலா ஏற்றுமதி வணிகத்தில் கோடீஸ்வரரானதற்கும், கோடிகளில் புழங்கும் வெனிலா தொழிலுக்கும் காரணமாயிருந்த, எட்மண்ட் வறுமையில் வாடித் தனது *51–வது* வயதில், *1880–ல்* இறந்தபோது நாளிதழ்களில் ஒரு சிறு செய்தி மட்டுமே வந்தது. அவர் இறந்து நூறு வருடங்களுக்குப் பின்னரே எட்மண்ட் பிறந்த ஊரில் வெனிலா மலர்கொடியின் ஒரு சிறு கிளையைக் கைகளில் வைத்திருக்கும் ஒரு சிலை அவருக்கு வைக்கப்பட்டது. அவர் பெயரில் ஒரு தெருவும் ஒரு பள்ளியும் அங்கிருக்கின்றன.

எட்மண்டின் கண்டுபிடிப்பு அங்கிருந்து சிஷெல்ஸ், மொரிஷியஸ், மற்றும் மடகாஸ்கர் தீவுகளுக்குப் பரவியது. *1880*–களில் ரியூனியனைச் சேர்ந்த வெனிலா பண்ணையாளர்கள் மடகாஸ்கரில் வெனிலாவை அறிமுகப்படுத்தினர். மிகச் சாதகமான தட்பவெப்ப நிலை அங்கு நிலவியதால் அன்றிலிருந்து இன்றுவரை மிக அதிக அளவில் வெனிலா உற்பத்தி மடகாஸ்கரில்தான் நடக்கின்றது.

வெனிலாவின் வேர்களை வரலாற்றில் தேடிச் சென்றால் மிகச் சுவாரஸ்யமான தகவல்கள் கிடைக்கின்றன.

வெனிலாவின் வரலாறு மெக்ஸிகோவின் வளைகுடாப் பகுதியில் உள்ள மஸாண்ட்லா பள்ளத்தாக்கில் வாழ்ந்த டோடோனாக் பழங்குடிகளிலிருந்து துவங்குகின்றது. வெராக்ரூஸ் மாநிலத்தின் வடக்கிலும், பாபன்ட்லா நகரத்திலும் மெக்ஸிகோ வளைகுடாவின் கரையோரப் பகுதிகளையும் ஆக்கிரமித்திருந்த டோடோனாக்குகள், இயற்கையாக அங்கு விளைந்த வெனிலா கொடியின் காய்களைப் பயன்படுத்தி வந்தனர். அங்கு மட்டுமே வாழும் ஒரு வகையான வண்டுகள் மலர்களில் மகரந்தச் சேர்க்கை செய்ததால் வெனிலாக் காய்கள் அக்கொடிகளில் விளைந்தன.

காய்கள் முற்றிக் கறுப்பான பின்பு அவற்றைப் பானங்களில் பொடித்த கோக்கொ விதையுடன் சேர்த்து அருந்திய அப் பழங்குடியினர் காய்ந்த பின்னர் கறுப்பு நிறத்திலிருந்த அந்தக் காய்களைக் கறுப்பு மலர் என்னும் பொருளில் ‘tlilxochitl’ என்றழைத்து அவற்றையே நாணயமாகவும் புழங்கினர். அரச குடியினருக்கும், அறிவாளிகளுக்கும், வீரர்களுக்குமான பானங்களில் அக்காய்களின் சாறு சேர்க்கப்பட்டது.

டோடோனாக் (Totonac) தொன்மமொன்று, டோடொனாக் அரசர் மூன்றாம் டெனிஸிடியின் மகளும் இளவரசியுமான ச்கோபோன்சிஸா (Tzacopontziza) ஒரு சாதாரண இளைஞன் மீது காதல் வயப்பட்டு அவனுடன் ஒரு நாள் அரண்மனையை விட்டுச் சென்றுவிட, காதலர்களைத் திரும்ப அழைத்து வந்து அரசகுடியினர் தலைகொய்து கொன்ற இடத்தின் உலர்ந்த ரத்தத்திலிருந்து உயர வளர்ந்த ஒரு கொடி சில நாட்களில் நல்ல நறுமணம் வீசும் மலர்களை உருவாக்கியதாகவும் அதுவே வெனிலா என்றும் சொல்கிறது.

கொல்லப்பட்ட இளம் காதலர்களின் தூய ஆத்மாவே வெனிலாவின் நறுமணமாகிவிட்டதென்றும் அவர்கள் நம்பு கிறார்கள். இன்றும் டொடோனாக்குகள் வெனிலா மலர்களை Caxixanath அதாவது மறைந்திருக்கும் மலர்கள் என்றே அழைக்கிறார்கள்.

அஸ்டெக்குகள் (Aztecs) பதினைந்தாம் நூற்றாண்டில் டோடோனாக்குகளுடன் போர்புரிய மெக்ஸிகோவின் மத்திய சமவெளிகளிலிருந்து ஊடுருவினர், டொட்டோனாக் நிலத்தையும் மக்களையும் கைப்பற்றிய அஸ்டெக் பேரரசர் இட்ஸ்காட் (Itzcoatl -1427-1440) கப்பமாகக் கிடைத்த பதப்படுத்திய வெனிலா காய்களையும் அவற்றின் சாறு கலந்த பானங்களையும் அருந்தி, அக்கொடிகளின் வளர்ப்பு முறை, காய்களைப் பதப்படுத்தும் முறை ஆகியவற்றை அறிந்து கொண்டார். பின்னர் அவரது காலத்தில் 'xocolatl' என்னும் பெயரில் வெனிலா சாறுடன், கொக்கோ தூள் கலக்கப்பட்டு, உணவாகவும் பானமாகவும் பெருமளவில் உபயோகிக்கப்பட்டது.

1520-ல் மெக்ஸிகோவை கைப்பற்றிய ஸ்பானிய போர்வீரரான 'ஹெர்னன் கோர்டெஸ் (Hernán Cortés)' அஸ்டெக் அரசில் கால்பதித்தார். அழகிய மஞ்சள் நிற மலர்களைக் கொடுக்கும், அப்போது வெனிலா என்று பெயரிடப்பட்டிருக்காத அக்கொடியின் காய்களிலிருந்து சுவையான பானமொன்றை அருந்தி வந்த அஸ்டெக்குகள் கோர்டிஸை வரவேற்று அவருக்குத் தங்ககிண்ணத்தில் 'xocolatl' என்னும், வெனிலாச் சாறும், மக்காச்சோள மாவும், தேனும் கோக்கோ தூளும் கலந்த பானத்தை அளித்தனர். அந்தப் பானத்தின் சுவையில் மயங்கிய கோர்டெஸ், ஆஸ்டெக் மன்னரிடம் வெனிலா பானத்தின் ரகசியத்தைக் கேட்டறிந்தார்.

நாடு திரும்புகையில் விலையுயர்ந்த அருமணிகள், தங்கக் கட்டிகளுடன் வெனிலா காய்களையும், கோக்கோ விதைகளையும் கோர்டெஸ் கொண்டு வந்தார், ஸ்பெயின் மக்கள் அக்காய்களுக்கு ஸ்பானிய மொழியில் வய்னா, (vaina) 'சிறு நெற்று' என்று பொருள்படும் 'வெனிலா' என்று பெயரிட்டனர்.

80 வருடங்களுக்குச் சாக்லேட்டில் கலந்து அருந்தும் பானமாகவே புழக்கத்தில் இருந்த வெனிலாவைக் கொண்டு இனிப்பூட்டப்பட்ட இறைச்சி உணவுகளுக்கு வாசனையூட்டலாமென்பதை 1602-ல் முதலாம் எலிசபெத் மகாராணியின் தனி மருத்துவர் ஹ்யூ மோர்கன் (Hugh Morgen) கண்டறிந்தார்.

ஆனால் மெக்சிகோவுக்கு வெளியே வெனிலாக் கொடிகளை வளர்க்க முடிந்தாலும் அவற்றில் மகரந்தச் சேர்க்கை நடத்தும்

கொடுக்குகளற்ற மெலிபோனா (Melipona)தேனீக்கள் மெக்ஸிகோ வில் மட்டுமே இருந்ததாலும், தன் மகரந்தச் சேர்க்கை நடக்க வழி இல்லாத வகையில் அமைந்துள்ள மலர்களுடன் அக்கொடி பல நூற்றாண்டுகளுக்கு, பலரின் முயற்சிகளுக்குப் பலனளிக்காமல் மலடாகவே இருந்தது. மெலிபோனா தேனீக்களை மெக்ஸி கோவிற்கு வெளியே வளர்க்க செய்யப்பட்ட அனைத்து முயற்சிகளும் தோல்வியில் முடிந்தன.

தொடர்ந்த இரு நூற்றாண்டுகளுக்கு மெக்ஸிகோவே வெனிலா பயிரிடுவதில் ஏகபோக உரிமையுடன் இருந்தது. அங்கிருந்து உலகின் பல நாடுகளுக்குத் தருவிக்கப்பட்ட வெனிலாவின் சுவை பலரின் விருப்பமாகிவிட்டிருந்தது.

வெனிலா சுவையின்மீது காதல் கொண்ட ஐரோப்பியர்கள் 1800–களில் ஏராளமான வெனிலாக் காய்களை உயர்குடி விருந்துகளுக்கெனப் பெரும் பொருட்செலவில் மெக்ஸிகோ விலிருந்து தருவித்தார்கள். எட்மண்ட்டின் மகரந்தச் சேர்க்கை முறைக்குப் பின்னர் உலகின் பிற பாகங்களுக்கும் வெனிலாவின் நறுமணம் வேகமாகப் பரவியது.

ஐஸ்கிரீமில் வெனிலா சுவையை 1780–களில் அறிமுகப் படுத்தியவராக 'தாமஸ் ஜெஃபர்சன்' அறியப்படுகிறார். அவர் பாரிஸில், அமெரிக்கத் தூதுவராக இருந்தபோது. அறிந்து கொண்ட வெனிலா சுவையூட்டும் ஒரு செய்முறையை நகலெடுத்து, நாடு திரும்புகையில் கொண்டு வந்திருந்தார். அதைக் கொண்டே அமெரிக்காவில் வெனிலா சுவையுடன் ஐஸ்கிரீம்கள் உருவாகத் துவங்கின. இப்போதும் அந்தச் செய்முறை நகல் அருங்காட்சியகத்தில் பாதுகாக்கப்படுகிறது.

வெனிலாவின் புகழ் உலகெங்கிலும் பரவி, கிட்டத்தட்ட ஒவ்வொரு கலாசாரத்திலும் ஒரு மசாலாப் பொருளாக, வாசனை திரவியமாக, ஒரு சக்தி வாய்ந்த பாலுணர்வு ஊக்கியாக (Aphrodisiac) வெனிலா அப்போது பயன்படுத்தப்பட்டது,

பிரான்சில் திருமணத்தன்று இரவு மணமகன்கள் வெனிலா நறுமண மூட்டப்பட்ட பானங்களை அருந்துவது வழக்கத்தில் இருந்தது. 15–ம் லூயிஸின் மாலைப்பொழுதுகள் சாக்லேட் கலந்த வெனிலா பானங்களால் அழகானது. அவரின் காதலி,

லூயிஸின் வெனிலா பிரியத்தைப் பிரத்யேகமாகக் குறிப்பிட்டு சொல்லியிருக்கிறார்.

ஆண்மைக் குறைபாட்டிற்கான மருந்தாக வெனிலா அப்போது மிக அதிகமாகப் பரிந்துரைக்கப்பட்டது. *1762*–ல் 'அனுபவங்களிலிருந்து' என்னும் தனது நூலில் ஜெர்மானிய மருத்துவர் பிஸார் ஜிம்மர்மேன் (Bezaar Zimmerman) ஆண்மை குறைபாடுள்ள *342* நபர்களுக்கு வெனிலா அருந்த கொடுத்து அவர்கள் பல பெண்களின் மனங்கவர்ந்த காதலர்கள் ஆனதைக் குறிப்பிட்டிருக்கிறார்.

*600* மூலிகைகள் குறித்து விளக்கும் *1859*–ல் வெளியான அமெரிக்கன் டிஸ்பென்சேட்டரியில் (American Dispensatory) அதன் ஆசிரியரான டாக்டர் ஜான் கிங், "நறுமணமுள்ள, மூளையைத் தூண்டுகின்ற, துக்கத்தை விலக்கி, தசை செயல்பாட்டை அதிகரித்து, பாலுணர்வு ஊக்கியாகவும் செயல்புரியும்" என வெனிலாவைக் குறிப்பிடுகிறார்.

*19*–ம் நூற்றாண்டின் துவக்கத்தில் அதிக விலைகொடுத்து வெனிலாவை வாங்கி அருந்த முடியாத பல காதலர்கள், காதுகளுக்குப் பின்னும், மணிக்கட்டிலும் வெனிலா சாறை கொஞ்சமாகத் தடவிக்கொண்டு காதலிகளைச் சந்திக்க சென்றார்கள்.

வெனிலாவைக் குறித்த முதல் குறிப்பும், சித்திரமும் *1552*–ல் நவாட்டி (Nahuati) மொழியில், 'மார்டின் டெலா க்ரூஸினால் (Martín de la Cruz)' எழுதப்பட்டது. ஆர்க்கிடுகளைப் பற்றிய முதல் பிரசுரமும் இதுதான். பின்னர் லத்தீன் உள்ளிட்ட பல மொழிகளில் மொழிபெயர்க்கப்பட்டது. *1764*-ல் தாவரவியலாளர் 'பிலிப் மில்லர்', 'தோட்டக்கலை அகராதி' (The Gardeners Dictionary, Philip Miller) யில் முதன்முதலில் ஆங்கிலத்தில் இப்பயிரைக் குறிப்பிட்டிருந்தார்.

எட்மண்ட் *1841*–ல் அந்த மகரந்தச் சேர்க்கையைக் கைகளால் செய்து காண்பித்தபோது மெக்ஸிகோவில் மட்டுமே வருடத்துக்கு *2000*–க்கும் குறைவாக வெனிலா காய்கள் காய்த்துக்கொண்டிருந்தது. இப்போது மெக்சிகோ உள்ளிட்ட உலக நாடுகளிலிருந்து வருடத்துக்கு ஐந்து மில்லியன் வெனிலா காய்கள் கிடைக்கின்றன.

பூக்கும் தாவர குடும்பங்களில் சூரியகாந்தி குடும்பத்துக்கு (Asteraceae) அடுத்து இரண்டாவது பெரிய குடும்பமான அலங்கார மலர் செடிகளுக்குப் புகழ்பெற்ற, 763 பேரினங்களும் 28,000 சிற்றினங்களும் கொண்ட ஆர்க்கிடேசி (Orchidaceae) குடும்பத்தைச் சேர்ந்ததுதான் இந்த வெனிலாவும். இந்தப் பெரிய தாவரக் குடும்பத்தில் உண்ணத் தகுந்த காய்களைக் கொடுப்பது வெனிலா மட்டும்தான் என்பது குறிப்பிடத்தகுந்தது.

உலகின் பல நாடுகளில் தற்போது பயிரிடப்படுவது வெனிலாவின் மூன்று சிற்றினங்கள்தான். மடகாஸ்கர் மற்றும் இந்தியப் பெருங்கடல் தீவுகளில் பயிராகும் வெனிலா ப்ளேனிஃபோலியா / இணைப் பெயர் வெனிலா ஃப்ரேக்ரன்ஸ் ***(Vanilla. planifolia*** -syn. V. fragrans), தென் பசிபிக் பகுதிகளில் பயிராகும் வெனிலா தஹிடியென்சிஸ் ***(Vanilla. tahitensis)***, வெஸ்ட் இண்டீஸ், மத்திய மற்றும் தென் அமெரிக்காவில் பயிராகும் வெனிலா பொம்பானா ***(Vanilla pompona)***.

உலகின் பெரும்பாலான பிராந்தியங்களில் பயிராவது வெனிலா ப்ளேனிஃபோலியா வகைதான். இது ரியூனியன் தீவின் முந்தைய பெயருடன் இணைத்துப் பர்பான் வெனிலா என்றும் மடகாஸ்கர் வெனிலா என்றும் அழைக்கப்படுகிறது. மடகாஸ்கர் வெனிலாக்களே பிற அனைத்து வகைகளையும் விட தரமானவையாகக் கருதப்படுகின்றன.

ஆண்டு முழுவதும் பூத்துக் காய்க்கும் கொடியான இவை காம்புகளற்ற இலைகளையும், சதைப்பற்றான பச்சைத் தண்டு களையும் கொண்டிருக்கும். தண்டுகளின் கணுக்களில் பற்று வேர்கள் இருக்கும். கொடியாக வளரும் இவை பற்றிப் படர்ந்து ஏறும் மரங்களுக்கு ட்யூடோர் (tutor) என்று பெயர்.

நட்டு வைத்த மூன்றாவது வருடத்திலிருந்து மலர்கள் உருவாகும். எனினும் ஏழாவது வருடத்திலிருந்தே அதிக மலர்கள் உருவாகத் தொடங்கும். மேலே ஏறிச்செல்லும் கொடியை, ஒரு ஆள் உயரத்துக்கு மடக்கி இறக்கிப் படர விடுவதாலும் மலர்களின் எண்ணிக்கை அதிகரிக்கும்.

35 மீட்டர் நீளம் வரை படர்ந்து வளரும் இக்கொடியில் ஒற்றை மலர்க்கொத்தில் 80–லிருந்து 100 வரை பெரிய அழகிய

வெள்ளை மற்றும் பச்சை கலந்த நிறத்தில் மெழுகு பூசியது போன்றிருக்கும் இதழ்களுடன் மலர்கள் நல்ல நறுமணத்துடன் இருக்கும். மலர்ந்த 6 முதல் 9 மாதங்களில் காய்கள் உருவாகி அவை பச்சை நிறத்திலிருந்து இளமஞ்சள் நிறமாக மாறும் தருணத்தில் அறுவடை செய்யப்படும்.

மலர்ந்த ஒரே நாளில் வெனிலா மலர்கள் வாடி விடுமென்பதால் காலை 6 மணியிலிருந்து மதியம் 12 மணிக்குள் ஒவ்வொரு மலரிலும் கைகளால் மகரந்தச் சேர்க்கை செய்யப்பட வேண்டும். எனவே தான் வெனிலா பயிரிடுவது கடும் மனித உழைப்பு தேவைப்படும் ஒன்றாக இருக்கிறது.

பிற ஆர்க்கிட் செடிகளின் விதைகளைப் போலவே வெனிலாவின் விதைகளும் அதன் வேரிலிருக்கும் பூஞ்சை இல்லாமல் முளைக்காது. எனவே வெனிலாக் கொடியின் தண்டுகளை வெட்டியே அவை பயிராக்கப்படுகின்றன.

ஒரு ஆரோக்கியமான கொடி வருடத்திற்கு 50 முதல் 100 காய்கள்வரை உற்பத்திச் செய்கிறது; அறுவடைக்குப் பிறகு அக்கொடி மீண்டும் 12 முதல் 14 ஆண்டுகளுக்கு உற்பத்தித் திறன் உள்ளதாக இருக்கிறது.

வெனிலாவின் வர்த்தக மதிப்பு காய்களின் நீளத்தைப் பொறுத்தே தீர்மானிக்கப்படுகிறது. 15 செ.மீ. நீளத்திற்கும் அதிகமாக இருந்தால் இது முதல்தர வகையிலும், 10 முதல் 15 செ.மீ. நீளமாக இருந்தால் இரண்டாவது தரமாகவும் 10 செ.மீ-க்கும் குறைவானவை மூன்றாவது தரமாகவும் கருதப்படுகின்றன.

அறுவடை செய்யப்பட்ட பச்சைக் காய்கள் அப்படியே விற்கப்படலாம் அல்லது சிறந்த சந்தை விலையைப் பெறுவதற்கு உலர வைக்கப்படலாம். வெனிலா பச்சைக் காய்களின் விலை கிலோ ரூ.300-4000. பதப்படுத்தப்பட்டால், கிலோ ரூ.2200-30,000.

வெனிலாவை உலரவைப்பதற்கு, காய்களைக் கொதிநீரிலிட்டு விதைகளின் பச்சையத்தை அழித்தல், வியர்ப்பூட்டுதல், மெதுவாக உலர வைத்தல் மற்றும் தகுந்த முறையில் பாதுகாத்தல் என நான்கு அடிப்படை நிலைகள் இருக்கின்றன: இவ்வாறு

பதப்படுத்தப்பட்ட காய்கள் சேமிக்கப்பட்டு, தரப்படுத்தப்பட்டு, பாரஃபின் உறையில் கட்டாகச் சுற்றி வைக்கப்பட்டு பாது காக்கப்படுகிறது. ஒரு பவுண்டு பதப்படுத்தப்பட்ட வெனிலா காய்களைப் பெற ஐந்திலிருந்து ஆறு பவுண்டுகள் பச்சை வெனிலாக்காய்கள் தேவைப்படும் பதப்படுத்தப்பட்ட வெனிலாக் காய்கள் சராசரியாக 2.5% வெனிலினைக் கொண்டிருக்கிறது.

கைகளால் மகரந்தச் சேர்க்கை செய்யப்பட வேண்டி இருப்பதால் மிக அதிக மனித உழைப்பு தேவைப்படும் பயிர்ச் செய்கையான இதில் மற்றுமொரு சிக்கல், கால்சியம் ஆக்ஸலேட் குருணைகள் நிறைந்திருக்கும் வெனிலா தண்டின் சாறு உடலில் பட்டால் உண்டாகும் சரும அழற்சி தான், வெனிலா தோட்டத் தொழிலாளர்களுக்கு இந்தச் சரும அழற்சி பெரும் பிரச்சினையாக இருந்து வருகிறது.

வெனிலாவின் சாறில் உள்ள வெனிலின் (4 ஹைட்ராக்ஸி 3மெத்தாக்ஸி பென்ஸால்டிஹைட் 4-Hydroxy-3-methoxybenzaldehyde) இதன் வாசனைப்பண்பு மற்றும் நறுமணத்திற்கு காரணமாகிறது. மற்றொரு சிறிய துணைப்பொருளான பைபரானல் எனப்படும் ஹெலியோடிராபின் (Piperonal/heliotropin) உள்ளிட்ட பல உட்பொருட்கள் வெனிலாவின் வாசனைக்கு காரணமாகின்றன. வெனிலின் முதல்முறையாக 1858–ம் ஆண்டு நிகொலஸ் தியடோர் கோப்லே (Nicolas-Theodore Gobley) என்பவரால் பிரித்தெடுக்கப்பட்டது.

வெனிலாவின் சாரம் (Essence) இரண்டு வடிவங்களில் கிடைக்கிறது. வெனிலா விதைகளிலிருந்து கிடைக்கும் இயற்கைச் சாரம் மற்றும் போலி அல்லது செயற்கை வெனிலாச் சாரம்.

இயற்கை சாரத்தில் வெனிலின் உள்ளிட்ட பல நூறு வேதிச் சேர்மானங்கள் அடங்கி இருக்கும். (vanillin, acetaldehyde, acetic acid, furfural, hexanoic acid, 4-hydroxybenzaldehyde, eugenol, methyl cinnamate & isobutyric acid.) செயற்கை வெனிலா சாரத்தில் செயற்கை வெனிலின் எத்தனால் கரைசலில் கலந்திருக்கும்.

1874–ல் வெனிலினை போலவேயான மற்றொரு சாரம் பைன் மரப்பட்டை சாற்றிலிருந்து பிரித்தெடுக்கப்பட்டபோது, வெனிலினின் வர்த்தகத்தில் தற்காலிகமாக ஒரு பெரிய சரிவு

ஏற்பட்டது. 19–ம் நூற்றாண்டின் இறுதியில்தான் ஆய்வகங் களில் கிராம்பின் யூஜீனாலிலிருந்தும், மரக்கூழ் மற்றும் மாட்டுச் சாணத்தில் இருக்கும் லிக்னின் ஆகியவற்றிலிருந்து செயற்கை வெனிலின் தயாரிக்க முடியுமென்பது கண்டறியப்பட்டது. பிரேசிலின் தெற்குப்பகுதில் இயற்கை வெனிலினுக்கு மாற்றாக Leptotes bicolor என்னும் தாவரத்திலிருந்து வெனிலினை போலவேயான சாரம் பிரித்தெடுக்கப்பட்டு புழக்கத்தில் இருக்கிறது.

வெனிலாவின் சாரம் மற்றும் அத்தியாவசிய எண்ணெய்கள் மற்றும் வெனிலின் ஆகியவை தற்போது நறுமண சிகிச்சையிலும் (Aroma therapy) பயன்படுத்தப்படுகின்றன

கடந்த நூறு வருடங்களில் வெனிலா உலகின் பல்வேறு பகுதிகளில் விளைவிக்கப்படுகின்றது. வெனிலா பயிரிடுவதில் மடகாஸ்கரும் இந்தோனேஷியாவும் முன்னிலையில் இருக் கின்றன. மடகாஸ்கரில் சுமார் 80,000 விவசாயிகளின் வாழ்வாதாரமாக வெனிலாவே உள்ளது. உலகின் மொத்த வெனிலா உற்பத்தியில் 60 சதவீதம் மடகாஸ்கரில் விளைகின்றது.

வெனிலா வணிகத்தில் புதிதாக உகாண்டா, இந்தியா, பாப்புவா நியூ கினி, டோங்கா தீவுகள் ஆகியவையும் நுழைந் திருக்கின்றன என்றாலும் இவை இந்த வணிகத்தில் நிலைபெற இன்னும் பல ஆண்டுகளாகும். சீனாவும் யுனானில் வெனிலாவைப் பயிரிட்டு இருக்கிறது.

1990–களிலிருந்து இந்தியாவில் சுமார் 24,000 ஹெக்டேர் நிலப்பரப்பில், தமிழ்நாடு, கேரளா, கர்நாடகா ஆந்திரா ஆகிய மாநிலங்களில் வெனிலா சாகுபடி செய்யப்படுகிறது. வெனிலா ஒவ்வொரு பிராந்தியத்திற்கும் ஏற்றப் பிரத்யேக நறுமணத்தையம் கொண்டிருப்பதால் வெனிலாவில் பலநூறு வகைகள் சந்தையில் கிடைக்கின்றன.

உலகின் மிகப் பிரபலமான வாசனைப் பொருளாகவும், விலை உயர்ந்த வாசனைப் பொருட்களில் குங்குமப்பூவுக்கு அடுத்த படியாகவும் இருக்கும் வெனிலா, கோகோ கோலா, பெப்ஸி, ஐஸ் கிரீம், பிஸ்கட், சாக்கலேட்டுகள் உள்ளிட்ட சுமார் 18,000 பொருட்களில் சேர்க்கப்படுகிறது. உலகிலேயே

மிக அதிக வெனிலா உபயோகிப்பது கோகோ கோலா தான். அதிகம் வெனிலாவை விரும்பி உபயோகிக்கும் நாடுகளில் அமெரிக்கா முதலிடத்திலும் தொடர்ந்து ஐரோப்பாவும் இருக்கின்றன.

வெனிலா பயிரிடும் பல நாடுகளில் சுற்றுலாப் பயணி களுக்கு வெனிலா பயிரிடுதல், மலர்களைக் கைகளால் மகரந்த சேர்க்கை செய்தல், காய்களை அறுவடை செய்தல் மற்றும் பதப்படுத்துதல் ஆகிவற்றிற்கான நேரடி பயிற்சிகளும் ஏராளமான வெனிலா வாசனைகொண்ட உணவுகளைச் சுவைக்கவுமான சிறப்பு சுற்றுலாக்கள் இருக்கின்றன. இவற்றில் மிகப் பிரபலமானதும் புகழ்பெற்றதும் கோஸ்டா ரிக்காவின் ''வில்லா வெனிலா'' சுற்றுலாக்களே.

அசல் வெனிலினின் விலையைவிடச் செயற்கை வெனிலின் இருபது மடங்கு விலை குறைவென்பதால் நாம் வெனிலா சுவையென்று அருந்துவதும், உண்ணுவதும், நுகர்ந்து மகிழ்வது மெல்லாம் 98 சதவீதம் போலிகளைத்தான். நமக்கு அசல், இயற்கை வெனிலா கிடைப்பதற்கு வெறும் 1 சதவீதமே சாத்தியமிருக்கிறது.

தற்போது வெனிலா பயிரிடுவதை விடவும் எளிதாக லாபம் கிடைக்குமென்பதால் மடகாஸ்கர் விவசாயிகள் ஆரஞ்சு தோட்டங்களுக்கும், எண்ணெய் வயல்களுக்கும் கவனத்தை திருப்பிக் கொண்டிருக்கிறார்கள்

உயிரித் தொழில்நுட்ப விஞ்ஞானிகள் ஏற்கனவே செயற்கை வெனிலினை ஈஸ்டுகளின் உதவியால் தயாரிப்பதையும் சாத்தியமாக்கி இருக்கிறார்கள்.

எடின்பர்க் பல்கலைக்கழகத்தின் விஞ்ஞானிகள் பிளாஸ்டிக் கழிவுகளிலிருந்து வெனிலின் தயாரிப்பதை தற்போது கண்டறிந் திருக்கிறார்கள். இனி மெல்ல மெல்ல இயற்கை வெனிலா மறக்கப்படவும் கூடும்.

ஃபெரோல் எத்தனை முயற்சித்தும் எட்மண்டுக்கு அரசிட மிருந்து எந்தப் பண உதவியும் இந்த மாபெரும் கண்டுபிடிப்புக் காகப் பெற்றுத்தர முடியவில்லை. எந்தப் பலனும் கிடைக்காமல் மறைந்துவிட்ட எட்மண்ட் ஆல்பியஸுக்கு நம்மில் பலரின்

விருப்பமான வெனிலா நறுமணத்தை, சுவையை இனி எப்போது அனுபவித்தாலும் ஒரு நன்றியையாவது மனதுக்குள் சொல்லிக்கொள்ளலாம்.

## ஆதாரங்கள், உதவிய கட்டுரைகள்:

1. https://en.wikipedia.org/wiki/R%C3%A9union
2. Ferréol Beaumont Bellier
3. https://en.wikipedia.org/wiki/Rostellum
4. https://en.wikipedia.org/wiki/Sainte-Suzanne,_R%C3%A9union
5. https://www.nationalgeographic.com/culture/article/plain-vanilla
6. https://en.wikipedia.org/wiki/Melipona
7. Bezaar Zimmermann, a German physician,
8. https://en.wikipedia.org/wiki/King's_American_Dispensatory
9. Written in Nahuatl by Martín de la Cruz Martin de la Cruz -an, Indian who was baptised with this Christian name and translated to Latin by Juan Badiano in 1552.
10. <https://en.wikipedia.org/wiki/The_Gardeners_Dictionary>.

# மூங்கில் மிகை மலர்வு

இந்தியாவின் சாலைப் போக்குவரத்து மற்றும் நெடுஞ் சாலைத் துறை அமைச்சர் நிதின் கட்கரி சமீபத்திய நாடாளு மன்றக் கூட்டத் தொடரின்போது, இந்தியாவில் மூங்கிலின் பொருளாதார முக்கியத்துவத்தையும் அவற்றின் கலாசார முக்கியத்துவத்தையும் விவாதித்தார்

இந்தியா போன்ற வளரும் நாட்டின் பொருளாதாரப் பங்களிப்பில் 'தொட்டில் முதல் கல்லறை வரை' பல பயன்பாடுகள் கொண்டிருக்கும் மூங்கில்கள் பெரும் பங்காற்று கின்றன.

மூங்கில்கள் புல் குடும்பமான போயேசியை (Poaceae) சேர்ந்தவை. போயேசியின் துணைக்குடும்பமான பேம்புசாய்டி யேவின் (Bambusoideae) கீழ் வரும் இவற்றில் 91 பேரினங்களும், 1000 சிற்றினங்களும் உள்ளன. பல மில்லியன் ஆண்டுகளுக்கு முன்பு டைனோஸர்களின் அழிவுக்குப் பிறகான காலத்தில் தோன்றியவை மூங்கில்கள்.

பொதுவாக மூங்கில்களை அவற்றின் வளரியல்பைக் கொண்டு கூட்டமாக வளரும் பொந்து மூங்கில்கள் (clumping bamboos) மற்றும் வேர்க்கிழங்குகளிலிருந்து தொடர்ந்து குருத்துகளை உருவாக்கி இடைவெளிவிட்டு வளருபவை (Running bamboos) என இரண்டாகப் பிரிக்கலாம்.

1927-ம் ஆண்டின் இந்திய வனச் சட்டத்தின்படி, புல் வகையான மூங்கிலுக்கு மர அந்தஸ்து வழங்கப்பட்டது. இதனால் மூங்கிலை வெட்டி மற்ற பகுதிகளுக்குக் கொண்டு செல்ல தடை விதிக்கப்பட்டது. மூங்கிலை வெட்ட, சிறப்பு அனுமதி பெற வேண்டும் என்னும் நிலை உண்டானது.

இதனால், உலகின் இரண்டாவது பெரிய மூங்கில் உற்பத்தியாளரான இந்தியா, தைவான் மற்றும் சீனாவிலிருந்து மூங்கிலை இறக்குமதி செய்ய வேண்டி வந்தது. இதைக் கருத்தில் கொண்டு, 2017-ம் ஆண்டில், 1927-ம் ஆண்டின்

இந்திய வனச் சட்டம் தேவைக்கேற்ப திருத்தப்பட்டு, மூங்கில் மீண்டும் மரத்திலிருந்து புல் வகைக்கு மாற்றப்பட்டது. இந்த நடவடிக்கை மூங்கிலைப் பயன்படுத்த பல புதிய வழிகளைத் திறந்தது.

உலகின் பல வகையான மூங்கில்களில் வறண்ட பகுதிகளில் வளரும் கல் மூங்கிலான டெண்ட்ரோ கலாமஸ் ஸ்டிரிக்டஸ் **(Dendrocalamus strictus)** ஈரச் செழிப்புள்ள இடங்களில் வளரும் பொந்து மூங்கிலான பம்பூசா அருண்டினேசியா **(Bambusa arundinacea)** ஆகியவை குறிப்பிடத்தக்கவை.

இவற்றைத் தவிர, பொன்னிற மூங்கில் ஓர் அடி விட்டமுள்ள ராட்சஸ மூங்கில், முள்ளி மூங்கில், கொடி மூங்கில் எனப் பல்வேறு வகையான மூங்கில்களும் உள்ளன.

உலகின் மிக வேகமாக வளரும் தாவரங்களில் மூங்கிலும் ஒன்று. சில வகை மூங்கில்கள் 24 மணி நேரத்தில் 40 மி.மீ வளரும் இயல்புடையவை. மூங்கிலின் 1200 வகைகள் உலகெங்கிலும் பரவியுள்ளன. இவற்றில் 24 பேரினங்களின் 138 சிற்றினங்கள் இந்தியாவில் வளருகின்றன. இதில் 3 மட்டுமே அயல் தாவரங்கள். மற்ற அனைத்துமே இயல் தாவரங்கள்.

உலகின் பல நாடுகளில் இயற்கையாகவே வளரும் மூங்கில்கள் அவற்றின் வாழிடங்களைப் பொருத்து ஆசிய பசிபிக் மூங்கில்கள், அமெரிக்க மூங்கில்கள் மற்றும் ஆப்பிரிக்க மூங்கில்கள் என வகைப்படுத்தப்படுகின்றன. ஐரோப்பாவில் இயற்கையான மூங்கில் வளருவதில்லை. அங்கு இருப்பவை அறிமுகப்படுத்தப்பட்டவை.

மூங்கில்கள் வாழ்நாளின் இறுதியில் ஒரே ஒரு முறை மட்டும் மலர்ந்து பின்னர் அழியும் Monocarpic வகையைச் சேர்ந்தவை. 48-லிருந்து 50 ஆண்டுகளில் மூங்கில்கள் இப்படி முதலும் கடைசியுமாக மொத்தமாகப் பூத்து விதைகளை ஏராளமாக உருவாக்கிவிட்டுப் பின்னர் மடிந்துவிடும். மூங்கில் மலர்வது என்பது உண்மையில் மூங்கில் அழிவதுதான். மீண்டும் வேர்க் கிழங்குகளிலிருந்து மூங்கில் வளரப் பல ஆண்டுகளாகும் என்பதால் மூங்கிலையே உணவாகக் கொண்டிருக்கும் விலங்குகள் இம்மலர்வினால் பாதிப்படைகின்றன.

சீனாவில் 1980-ல் பசானியா ஃபாங்கியானா *(Bashania fangiana)* என்னும் மூங்கில் இனத்தின் மிகு மலர்வினால் முதன்மை உணவாக மூங்கிலையே எடுத்துக்கொள்ளும் பாண்டா (Giant Panda) விலங்குகள் வெகுவாகப் பாதிக்கப் பட்டன.

மூங்கில் சாவு எனப்படும் மூங்கிலின் இத்தகைய மிகைமலர்வு பஞ்சத்துக்கும் அழிவிற்குமான அறிகுறி என்றே இந்தியாவில் நம்பப்படுகின்றது. ஆனால் மூங்கில் மலர்விற்குப் பிறகு மண்ணில் விழுந்த மிகுதியான விதைகளைப் பெருச்சாளிகள், எலிகள் ஆகிய கொறிக்கும் உயிர்கள் உண்டு, பல்கிப்பெருகி பிற தானியங்களையும் உண்ணத் துவங்குவதால்தான் உணவுத் தட்டுப்பாடு வருமே ஒழிய இந்த மிகைமலர்வுக்கும் பஞ் சத்துக்கும் எந்தத் தொடர்புமில்லை என்று தாவர அறிவியல் சொல்லுகின்றது. மூங்கில் பூக்கும் காலத்தையொட்டி எலிகள் மற்றும் பெருச்சாளிகளுக்குக் கூடுதல் இனப்பெருக்க உந்துதல் உண்டாகுமென்றும் சொல்லப்படுகிறது.

இப்படிப் பல நூறு கிலோமீட்டர் தொலைவில் இருக்கும் ஆயிரக்கணக்கான மூங்கில்கள் சேர்ந்து ஒரே சமயத்தில் மலரும் விந்தையைத் தாவர அறிவியலாலும் சரியாக விளக்க முடிவதில்லை. Phenology எனப்படும் தாவரங்களின் புதுத் தளிர்களும் மலர்களும் உருவாகும் காலத்திற்கான தனி அறிவியல் பிரிவான பருவகாலப் பரவலியல் இன்னும் இதைக் குறித்து ஆய்வு செய்தபடியே தான் இருக்கிறது.

மூங்கில்களின் அடியிலிருக்கும் கிழங்கு போன்ற பகுதிகளில் தலைமுறைகளாகச் சேமிக்கப்பட்டிருக்கும் நினைவுக்குறிப்புகள் அதே இனத்தைச் சேர்ந்த பிற மூங்கில்களுக்கும் பூக்கும் சமயத்தைக் குறித்த தகவல்களை அனுப்பும். அல்லது எப்படியோ தெரிவிக்கும் சாத்தியம் இருக்கிறது என்று மட்டுமே இப்போதைக்கு ஆய்வுகள் அனுமானித்துச் சொல்லுகின்றன.

இப்படிக் குறிப்பிட்ட இடைவெளியில் மிகைமலர்வு நிகழ்வைக் கொண்டிருக்கும் மூங்கில், குறிஞ்சி போன்றவை Plietesials எனப்படுகின்றன. குறிஞ்சியில் 12 வருடங்களுக்கு ஒருமுறை மலர்பவையும், 9 மற்றும் 7 வருடங்களுக்கு ஒருமுறை மலர் பவையும் அவற்றிற்குள் எந்தக் குழப்பமும் இல்லாமல் மிகத்

துல்லியமாக அதே காலத்தில் மலர்கின்றன என்பது பெரும் அதிசயமே!

பூத்த மூங்கில் மஞ்சரிகளில் மகரந்தச் சேர்க்கை நடந்து பெண்பூக்கள் கருவுற்று, பின்னர் விதைகள் முற்றி விழுந்து அவற்றிலிருந்து புதிய மூங்கில்கள் வளரச் சில ஆண்டுகளாகி விடும். அதுவரை மூங்கிலின் இலைகளையும் குருத்துகளையும் விரும்பி உண்ணும் அக்காட்டின் யானைகளும் அவ்வுணவுக் காகக் காத்திருக்க வேண்டியதுதான்.

எல்லா மூங்கில் இனங்களும் 48–50 வருட இடைவெளியில் தான் மலரும் என்பதில்லை. ஜாவா வகையான **Schizostachyum elegantissimum** மற்றும் **Arundinaria wightiana** மூங்கில்கள் மூன்று வருடஙகளுக்கொரு முறையும், **Phyllostachys bambusoides** எனப்படும் சீன மூங்கில் 120 வருடங்களுக்கு ஒரு முறை யும், **Bambusa vulgaris** வகை 150 வருடங்களுக்கு ஒரு முறையும் மலர்ந்து அழியும். பூக்காமலே அழியும் மூங்கில் இனங்களும் உள்ளன.

இந்தியாவில் மணிப்பூரில் மட்டும் 53 சிற்றினங்களும், அருணாச்சலப் பிரதேசத்தில் 50 சிற்றினங்களுமாக, வடகிழக்கு மாநிலங்களில் மட்டுமே இந்தியாவின் மொத்த மூங்கிலின் 50 சதவீதத்திற்கும் மேற்பட்ட வகைகள் விளைகின்றன.

இப்பகுதிகளில் இசைக்கருவிகள், காகிதங்கள், தொப்பிகள், ஆயுதங்கள், மேசை நாற்காலிகள், வீடுகளின் கட்டுமானப் பொருட்கள் உள்ளிட்ட அன்றாட வாழ்விற்கான 1500–க்கும் மேற்பட்ட பொருட்கள் மூங்கிலால்தான் செய்யப்படுகின்றன.

மூங்கில் குருத்தும், மூங்கிலரிசியும் அம்மக்களின் மிக விருப்பமான முக்கியமான உணவாகும். சாப் ஸ்டிக் எனப்படும் உணவுக்குச்சிகளாகவும், எரிவிறகாவும் மூங்கிலே இங்கு பயன்படுகிறது. ஆசியாவின் மிக உயர்ந்த கட்டிடங்களின் கட்டுமானப் பணிகளில் இங்கு விளையும் உறுதியான, நீண்ட கணுவிடைவெளிகளும், வளையும் தன்மையும் கொண்டிருக்கும் நெடுமூங்கில்களே சாரம் கட்டப் பயன்படுகிறது. மூங்கிலின் இலைகளும் கால்நடைத் தீவனமாகப் பயன்படுகின்றன.

அஸ்ஸாமிய மூங்கிலான டென்ரோகலாமஸ் துல்டா **(Dendrocalamus tulda)**விலிருந்து செய்யப்படும் புல்லாங்குழல்

தான் அங்கு கோவில் விழாக்களில் இசைக்கப்படுகிறது. இக்குழலிசை துஷ்டசக்திகளை விரட்டுவதாக அங்கு நம்பிக்கை நிலவுகிறது.

மிசோரத்தின் மெலொகன்னா பாக்கிஃபெரா (Melocanna baccifera) என்னும் தாவர அறிவியல் பெயர் கொண்ட முள்ளி மூங்கிலிலிருந்தே (Muli Bamboo) தொட்டில்களும், கிறிஸ்துவ மதம் அதிகம் பரவியிருப்பதால் சவப்பெட்டிகளும் கூடச் செய்யப்படுகின்றன.

இப்பகுதிகளில் வளரும் ஃபில்லோஸ்டேகைஸ் பம்புசாய்டெஸ் (Phyllostachys bambusoides) எனப்படும் பிறிதொரு மூங்கில் வகையின் கணுக்களிலிருந்து சுரக்கும் மணலைப் போன்ற சொரசொரப்பான ஒரு வடிதலை சுரண்டி சேகரிக்கப்படும் தபஷீர் (tabasheer) உள்ளூர் மக்களால் பல நோய்களுக்கு மருந் தாகப் பயன்பாட்டில் இருக்கிறது. தரைமட்டத்தில் குறுக்கும் நெடுக்குமாக அமைக்கப்பட்டிருக்கும் மூங்கில் கழிகளை அசைத்து, தாளத்திற்கேற்ப அவற்றின் இடைவெளிகளில், மூங்கில் தலையணியுடன் பாரம்பரிய உடையில் இருக்கும் மிசோரம் மக்கள் ஆடும் செரா (Cheraw) நடனம் உலகப்புகழ் பெற்றது.

மிசோரம் மாநிலத்தின் மொத்த நிலப்பகுதியில் 49 சத விகிதப் பகுதியில் மூங்கில் காடுகள்தான் உள்ளன.

இப்பகுதி மக்கள் மூங்கிலைச் சூடு பண்ணுகையில் கிடைக்கும் எளிதில் எரியும் தன்மையுடைய பிசினை விளக் கெரிக்கப் பயன்படுத்துகின்றனர். சிலிசிக் அமிலம் நிறைந்துள்ள மூங்கிலின் கெட்டியான கணுக்களை மட்டும் நறுக்கித் துண்டு களாக்கி, வறுத்துப் பொடித்து அதிலிருந்து காபியைப்போல ஒரு மணமுள்ள பானம் தயாரித்து அருந்துவதும் கிழக்கிந்திய மாநிலங்களில் பரவலாக உள்ள ஓர் உணவுப் பழக்கமாகும்.

சீனா, ஜப்பான், தாய்லாந்து மற்றும் இந்தோனேஷியாவிலும் மூங்கில் காடுகள் இருக்கின்றதென்றாலும் சீனாவின் மூங்கில் காடுகளே உலகில் மிகப்பெரியவை. ஆந்தோசயானின் நிறமிகள் அடர்ந்துள்ள கருப்பு மூங்கில் உள்ளிட்ட சுமார் 300 மூங்கில் சிற்றினங்கள் சீனாவில் விளைகின்றன. சீனா மட்டுமே ஆண்டுக்கு 57 பில்லியன் ஜோடிகள் மூங்கில் உணவுக் குச்சிகளைத் (Chopsticks) தயாரிக்கின்றது.

ஜப்பானிலும் மூங்கில் மிக முக்கியமான தாவரம். பைனுடன் சேர்ந்து, மூங்கிலையும் ஜப்பானியர்கள் மகிழ்ச்சி மற்றும் தூய்மையின் அடையாளமாகக் கொண்டிருக்கின்றனர்.

ஜப்பானில் சகானோ மூங்கில் காடுகளின் மூங்கில் தண்டு களின் இடையே புகுந்து வரும் காற்றின் ஒலியை ஜப்பானிய அரசாங்கம் 'பாதுகாக்கப்பட வேண்டிய ஜப்பானின் நூறு ஒலிகளில்' ஒன்றாக அங்கீகரித்திருக்கிறது.

மூங்கிலின் குருத்து முளைகள் மிகச் சுவையானவை. உலகில் பல்வேறு மக்களின் உணவுகளில் மூங்கில் குருத்து முக்கியமானதாக இருக்கிறது. இதில் புரதம், பாஸ்பரஸ் சுண்ணாம்பு, நார்ச்சத்து, இரும்புச் சத்து, வைட்டமின் பி3, செலினின் உள்ளிட்ட பல்வேறு சத்துகள் நிறைந்துள்ளன. சரும வறட்சி, தயமின் குறைபாடு, எலும்புருக்கி நோய், மாலைக்கண் நோய், உயர் ரத்த அழுத்தம், கழிவு நீக்கம், உடல் எடை குறைப்பு எனப் பலவற்றுக்கும் மூங்கில் குருத்துணவு பயன்படுகிறது.

மரவள்ளிக் கிழங்குகளிலிருப்பது போலச் சிறிதளவு நச்சுப்பொருட்களும் மூங்கில் குருத்துகளில் இருப்பதால் அவற்றை ஒருபோதும் சமைக்காமல் உண்ணக் கூடாது. வேக வைக்கையில் இதன் நச்சுகள் நீங்கிவிடும்.

டேக்கினொக்கொ (takenoko) எனப்படும் சுவையான சத்தான மூங்கில் குருத்துணவு ஜப்பானில் வெகுபிரபலம். தற்போது மூங்கில் குருத்து உணவுகள் தமிழ்நாட்டிலும் குறிப்பிட்ட உணவகங்களில் கிடைக்கின்றன. இந்தியப் பழங்குடி இனத்தவர்களின் உணவில் இவை பிரதான இடம்பெற்றிருக்கின்றன.

இந்தியா உள்ளிட்ட பல நாடுகளில் வாஸ்து மூங்கில் / அதிர்ஷ்ட மூங்கில் என அழைக்கப்பட்டு சிறு கிண்ணங்களில் வளர்க்கப்படும் தாவரம், மூங்கிலே அல்ல. சீனா மற்றும் தாய்வானில் வளர்க்கப்பட்டு உலக நாடுகளுக்கு ஏற்றுமதி செய்யப்படும் Dracaena sanderiana என்னும் தாவர அறிவியல் பெயர் கொண்ட இவற்றின் கணுக்களும் கணு இடைவெளிகளும் மூங்கிலைப்போல இருப்பதால் இவை மூங்கில் என்று அழைக்கப்படுகின்றன.

2020-ம் ஆண்டில், மூங்கில் தரை, கூழ், காகிதம் மற்றும் பிளைவுட் போன்ற மூங்கில்களிலிருந்து தயாரிக்கப்படும் தயாரிப்புகளை உள்ளடக்கிய தொழில்துறை மூங்கில் தயாரிப்பு 35% பங்குடன் சந்தையில் ஆதிக்கம் செலுத்தியது. இந்தியா, சீனா, வியட்நாம் மற்றும் மியான்மர் ஆகியவற்றை கொண்டுள்ள ஆசிய பசிபிக் பிராந்தியங்கள் இதில் மிக முக்கியமான வருவாய் பங்கைக் கொண்டுள்ளன,

2022-ன் தேசிய மூங்கில் பொருட்கள் கண்டுபிடிப்புப் போட்டியில் வாரணாசியின் உயிர்வேதிப்பொறியியல்பேராசிரியரான திரு. ப்ரத்யூத் தார் (Pradyut Dhar) முதல் ஐந்து வெற்றியாளர்களில் ஒருவராக இருக்கிறார்.

நெடுஞ்சாலைகளில் ஒளிரும் சமிக்ஞைகள், விவசாயம், ஆரோக்கியம், வாகன உதிரி பாகங்கள், மிக உறுதியான கட்டுமான பொருட்கள் மற்றும் பின்னலாடை துறைகளில் உபயோகப்படுத்தப்படும் மூங்கில் பொருட்களைக் குறித்தான இவரது முன் வரைவுத்திட்டம் ஏற்றுக்கொள்ளப்பட்டிருக்கிறது.

மூங்கில் உற்பத்தியில் உலகின் இரண்டாவது பெரிய நாடாக இருப்பினும், உலகளவில் மூங்கில் சார்ந்த பொருட்களின் வர்த்தகத்தில் இந்தியாவின் பங்கு வெறும் 4 சதவீதம்தான். திரு ப்ரத்யூத் தார் போன்றவர்களின் இத்தகைய தொழில்நுட்ப கண்டுபிடிப்புகள், திறன் மேம்பாட்டுடன் இணைகையில்,

மூங்கில்கள் முழுமையாகப் பயன்படுத்தப்படுவதை உறுதி செய்கிறது. உதாரணமாகச் சமீபத்தில் உருவாக்கப்பட்டிருக்கும் அருணாசலப் பிரதேசத்தின் மூங்கிலால் ஆன டோனி போலோ விமான நிலையத்தைச் சொல்லாம்(Donyi Polo airport).

ஆதாரங்கள், உதவிய கட்டுரைகள்

1. https://www.daijiworld.com/news/newsDisplay?newsID=1019380

2. https://www.business-standard.com/article/economy-policy/how-bengaluru-airport-s-new-terminal-is-like-a-walk-in-the-garden-122111100605_1.html

3. https://plants.ces.ncsu.edu/plants/dracaena-sanderiana/

4. https://telanganatoday.com/donyi-polo-check-out-this-cool-airport-constructed-with-bamboo

## நீலக்குறிஞ்சி

**பே**ருந்திலிருந்து இறங்கியதும் ஒரு மாயம்போல அதுவரை மலைச்சரிவெங்கும் தொடர்ந்து வந்துகொண்டிருந்த தேயிலைக் காடுகளின் பசுமை முற்றிலும் மறைந்து மலையெங்கும் அடுக் கடுக்காக உச்சிவரை நீலக்கடலெனக் குறிஞ்சி மலர்ந்திருந்தது. அந்தக் காட்சியின் பிரமிப்பிலிருந்து மீளச் சிறிது நேரம் பிடித்தது. புறநானூறு சொல்லும், 'கருங்கோற் குறிஞ்சி அடுக்கத்தை'த்தான் அங்கு பார்த்தேன்.

கோத்தகிரி மலை முழுவதும் கண்ணுக்கெட்டிய தூரம்வரை நீலக்கம்பளியால் போர்த்தியதுபோல நெருக்கமாக மலர்ந் திருந்தது நீலக்குறிஞ்சி. அம்மலைக்கு நீலகிரி எனப்பெயர் வைத்தபோது தேயிலை, காப்பி தோட்டங்கள் இருந்திருக்காது என்பதால் முழு மலையையும் இப்படி நீலம் பூத்திருந்திருப்பதை கற்பனையில் பார்த்துக் கொண்டேன். எத்தனை அரிய காட்சியாக இருந்திருக்கும் அது?

12 ஆண்டுகளுக்கு ஒருமுறை மலரும் நீலக்குறிஞ்சி கோத்தகிரி பகுதியில் குறிஞ்சி ஆகஸ்ட் மாத இறுதியில் மலரத் துவங்கி இருந்தபோது சுற்றுலாப் பயணிகள் ஒரு சிலர் அங்கே சென்றார்கள். அப்படித்தான் புதுமணத் தம்பதியினரும் இயற்கை ஆர்வலர்களுமான பவித்ரா பிரபு இணையர் குறிஞ்சி மலர்வைக் காணச் சென்றுவிட்டு எனக்கு ஏராளமாகப் புகைப்படங்களை அனுப்பினார்கள். மணமான புதிதில் இப்படி அரிய மலரொன்று பல்லாண்டுகளுக்குப் பிறகு மலைமுழுதும் மலர்ந்திருப்பதைப் பார்க்கச்செல்வது எத்தனை இனிய அனுபவம் இல்லையா?

ஆனால் தொடர்ந்த நாட்களில் அதிகம் பேர் வரத் தொடங்கியபோது நீலகிரி வன அலுவலகம் கட்டுப்பாடுகளை விதித்தது. எனவே முறையாக அனுமதி பெற்று இரண்டு பேருந்துகளில் மாணவர்களை அழைத்துக் கொண்டு சென்றேன்.

கோத்தகிரி செல்லும் வழியில் அன்று வெள்ளிக்கிழமை என்பதால் பெரிதாகப் போக்குவரத்து நெரிசல் இல்லை. பள்ளிகளின் காலாண்டுத் தேர்வு விடுமுறை காலமாதலால் வழக்கம்போல ஊட்டி செல்லும் பாதையில்தான் நெரிசல் இருந்தது. கோத்தகிரி வந்திருந்தால் குறிஞ்சி மலர்வை காண்பதென்பது குழந்தைகளுக்கு மிகப்பெரும் அனுபவமாக இருக்கும். ஆனால் இப்படியான தாவர அறிவியல் அற்புதங்கள் குறித்த அறிதலும் ஆர்வமும் பொதுவாகப் பலருக்கு இல்லை.

2019-ல் சத்தியமங்கலம் வனப்பகுதியில் மூங்கில் பெருமலர்வு நிகழ்ந்திருந்தபோது அங்கு இருந்த சுற்றுலாப் பயணிகளில் என்னைத்தவிர யாருமே 60 நீண்ட வருடங்களுக்குப் பிறகு முழுக் காட்டிலும் பொன்னெனப் பூத்திருந்த மூங்கிலை நிமிர்ந்து கூடப் பார்க்காமல் காடுகளின் விளிம்பில் அவ்வப்போது தெரிந்த மான் கூட்டங்களையும், யானைகளையும் படமெடுத்துக் கொண்டிருந்தார்கள். அவர்களின் தலைக்கு மேலே நிகழ்ந் திருந்தது வாழ்நாளில் மீண்டும் காணவே முடியாத ஒரு பெரு நிகழ்வென்பதை அவர்கள் அறிந்திருக்கவில்லை. அப்படித்தான் இப்போதும் குறிஞ்சி மலர்வைக் காணும் அருமையைப் பலரும் அறிந்திருக்கவில்லை.

புறப்படும் முன்பாகவே காணவிருப்பது எத்தனை அரிய இயற்கை நிகழ்வு என்பதை மாணவர்களுக்குத் தெரிவித் திருந்தேன். நான் மாணவியாக இருக்கையில் ஒருமுறை தொட்டபெட்டா மலைச்சரிவெங்கும் நீலக்குறிஞ்சி மலர்ந் திருந்ததைப் பார்த்திருக்கிறேன். உண்மையில் தாவரவியல் துறையின்மீது எனக்குப் பெரும் ஆர்வம் உண்டானது அந்தக் கணத்திலிருந்துதான்.

கண் எதிரே பச்சைப்பசேலென்று வளர்ந்து கொண்டிருக்கும் தாவரங்களில் 12 வருடங்கள் மிக நீண்ட காலக் காத்திருப்பும், மலர்வதற்கான துல்லியமான கணக்கீடுகளும், ஒன்றுக்கொன்று சொல்லிவைத்துக் கொண்டதுபோல ஒட்டுமொத்தமாக மலர் வதுமான அந்த அதிசயம் நான் அதுவரை நினைத்திருந்ததைப் போலத் தாவரங்கள் மனிதனுக்கு அடுத்தபடியான கீழ்நிலை உயிரினங்கள் அல்ல என்பதை உணர்த்தியது.

இதே கோத்தகிரியில் குறிஞ்சி மீண்டும் 12 வருடங்கள் கழித்து மலர்கையில் இந்த மாணவர்கள் அனைவரும் வாழ்வின்

அடுத்த, மிக வேறுபட்ட தளத்திற்குச் சென்றிருப்பார்கள். அப்போது இந்தச் சுற்றுலாவின் நினைவு மனத்தில் ஓர் இனிய மலர்தலாக நிலைத்திருக்கும்.

கோத்தகிரியைத் தாண்டிப் பல கி.மீ. சென்ற பின்னர் எனக் களிக்கப்பட்டிருந்த வனச்சரகரின் எண்ணைத் தொடர்பு கொண்டு எங்கள் வருகையைத் தெரிவித்தேன். குறிஞ்சிக் காட்டின் துவக்கத்திலேயே காத்திருந்த மற்றொரு வன அலுவலர் எங்களை அங்கே அழைத்துச் சென்றார்.

அப்போதுதான் திடீரெனக் கலைடாஸ்கோப்பின் கோணம் மாறியதைப்போல நீலப்பெருக்கில் மூழ்கி இருந்த மலையின் அடியில் நின்றிருந்தோம்.

அடுக்கடுக்கான நீலக்கூம்புகளாக மலர்கள் செறிந்திருக்கும் குறிஞ்சிக்காட்டுக்குள், குறிஞ்சிச் செடிகளைக்கைகளால்விலக்கிய படி மலையேறிச் சென்றது பேரனுபவமாக இருந்தது. முன்பே மாணவர்களுக்கு அறிவுறுத்தி இருந்ததால் யாரும் குறிஞ்சி மலர்களைப் பறிக்கவோ, செடிகளைச் சேதப்படுத்தவோ இல்லை.

அச்சமயத்தில் நாங்கள் மட்டுமே இருந்தோம் என்பதால் மிகப் பிரத்யேகமான ஓர் இயற்கை அனுபவமாகக் குறிஞ்சி காணச் சென்றது எங்களுக்கு அமைந்து விட்டிருந்தது.

நாங்கள் மிகச் சரியான சமயத்தில்தான் சென்றிருந்தோம். ஏனெனில் ஆகஸ்ட் இறுதியில் சென்றிருந்தால் குறிஞ்சியின் அரும்புகளையும் அவிழத் துவங்கி இருந்த மலர்களையும்தான் பார்த்திருப்போம். இப்போதோ அரும்புகளையும் மலர்களையும் மகரந்தச் சேர்க்கை நடப்பதையும், மகரந்தச் சேர்க்கை நடந்து கருவுற்ற மலர்கள் வாடி இருப்பதையும், ஒரு சில விதைகள் உருவாகி இருந்ததுமாக குறிஞ்சியின் முழு வாழ்க்கைச் சுழற்சியையுமே பார்த்தோம்.

குறிஞ்சியின் எல்லா மலர்களிலும் மகரந்தச் சேர்க்கை செய்ய வரும் ஈக்கள், அந்துப்பூச்சிகள், பட்டாம்பூச்சிகள், குளவிகள், எறும்புகள், தேனீக்கள் மொய்த்துக்கொண்டிருந்தன.

குறிஞ்சி மிக நீண்டகாலம் கழித்து மலர்வதினால் சந்ததிப் பெருக்கத்தில் மிகக் கவனமாக இருக்கும், எனவே மகரந்தச்

சேர்க்கையாளர்களைக் கவர ஏராளமான மலரமுதையும் மகரந்தங்களையும் அவை சேர்த்து வைத்திருப்பதால் காத்திருக்கும் பூச்சிகள் மலர்களைச் சுற்றிச் சுற்றிப் பறந்தும், மலரமுதினைச் சுவைத்து மயங்கியும், மலரிலிருந்து மலர் தாவிச் சென்று மகரந்தச்சேர்க்கை செய்துகொண்டும் இருந்தன.

கனகாம்பரக் குடும்பமான அகாந்தேசியைச் சேர்ந்த நீலக் குறிஞ்சி, மிக நீண்ட மலரில்லாப் பருவம் கொண்டு, காலக் கணக்குத் தவறாமல் நிகழும் இனப்பெருக்கக் காலத்தில் மிகையாக மலர்ந்து ஏராளமாக விதைகளை உருவாக்கி மொத்தமாக மடிந்துவிடும் semelparous வகைத் தாவரம். (வாழ்நாளில் பலமுறை இனப்பெருக்கம் செய்து பின்னர் மடிபவை Iteroparous சிற்றினங்கள்) இவ்வகைச் செடிகள் hapaxanthic எனவும் அழைக்கப்படுகின்றன.

இதன் அறிவியல் பெயர்:

*Strobilanthes kunthiana* (Wall. ex Nees) T. Anders. ex Benth.

இணை அறிவியல் பெயர்கள்:

*Strobilanthes nilgirianthsis,*

*Phlebophyllum kunthianus,*

***Ruellia kunthiana***

***Phlebophyllum angustifolium***

ஸ்ட்ரொபைலாந்தஸ் அகாந்தேசி குடும்பத்தின் இரண்டாவது பெரிய பேரினம் (முதலாவது ஜஸ்டிசியா Justicia). ஸ்ட்ரொபைலாந்தஸின் 350 சிற்றினங்கள் ஆசிய மலைப் பகுதிகளில் இருக்கின்றன. இவற்றில் 150 சிற்றினங்கள் இந்தியாவைப் பூர்வீகமாகக் கொண்டவை. 44 சிற்றினங்கள் மேற்கு மலைத் தொடர்ச்சியில் மட்டுமே வாழ்பவை (ஓரிடத் தாவரங்கள்- Endemic).

குறிஞ்சியின் பேரினமான Strobilanthes முதன்முதலாக ஜெர்மானிய தாவரவியலாளர் Christian Gottfried Daniel Nees von Esenbeck என்பவரால் 19-ம் நூற்றாண்டில் அறிவியல் ரீதியாக விவரிக்கப்பட்டது.

Strobilanthes என்னும் பேரினப் பெயர் லத்தீன பொழியில் கூம்பு வடிவ மலர்மஞ்சரிகளைக் குறிக்கிறது ('strobilos' - cone 'anthos' flower). குறிஞ்சியின் சிற்றினமான 'kunthiana' என்பது ஜெர்மனியைச் சேர்ந்த தாவரவியலளாரான Karl (Carl) Sigismund Kunth (1788-1850) என்பவரைக் கௌரவிக்கும் விதமாக வைக்கப்பட்டிருக்கிறது. (பல இணையத் தளங்களில் கேரளாவின் குந்திப்புழையின் பேரில் இந்தச் சிற்றினப்பெயர் வைக்கப்பட்டிருப்பதாகத் தவறான தகவல் அளிக்கப்படுகிறது.)

இந்தப் பேரினத்தில் வருடத்திற்கு ஒருமுறை மலரும் வகையிலிருந்து 16 வருடங்களுக்கு ஒருமுறை மலரும் வகை வரை இருக்கின்றது. தமிழகத்தின் பளியர் பழங்குடியினர் குறிஞ்சி மலர்வை வைத்தே தங்களின் வயதைக் கணக்கிடுகிறார்கள்.

இமயமலைப் பகுதியில் 12 வருடங்களுக்கு ஒருமுறை மலரும் **Strobilanthes wallichii** என்னும் காஷ்மீர் குறிஞ்சி மலருகையில் உத்திரகாண்டின் ரங் பழங்குடியினர் மலைச்சரிவெங்கும் ஆகஸ்டிலிருந்து அக்டோபர் வரை மலர்ந்திருக்கும் குறிஞ்சிக் கெனவே கண்டாலி விழாவை மூன்று நாட்களாக விமரிசையாகக் கொண்டாடுவார்கள்.

அனைத்துக் குறிஞ்சி வகைகளும் பெரும்பாலும் ஒரே மாதிரியான தோற்றம் கொண்டிருந்தாலும் நுட்பமான வேறுபாடுகள் அவற்றுக்கிடையே இருக்கும். ***Strobilanthes cuspidatus*** 7

வருடங்களுக்கொரு முறை மலரும். இதன் மிக மெல்லிய மலர் மஞ்சரி, ஒட்டும் தன்மையுடைய புல்லிவட்டம் மற்றும் மலரடிச் செதில்களின் பிசுபிசுப்பிலிருந்து பிற குறிஞ்சி வகைகளிலிருந்து இதை எளிதில் அடையாளம் காண முடியும்.

Strobilanthes consanguineus என்னும் சிற்றினமும் 12 வருடங் களுக்கொரு முறை மலரும். இதன் மலர்தல் 1845-06, 1881-02, 1905-06 மற்றும் 1977-08 காலங்களில் ஆவணப்படுத்தப் பட்டிருக்கிறது.

Strobilanthes ciliata ஒவ்வொரு வருடமும் மலரும் குறிஞ்சி வகை. S.ciliatus கரிம் குறிஞ்சி / செறு குறிஞ்சி/ சிறு குறிஞ்சி, S. aurita தென்னிந்தியாவிலும் இலங்கையிலும் காணப்படுகிறது. S.hypericoides மற்றும் S.pentandra ஆகிய குறிஞ்சிச் சிற்றினங்கள் இலங்கையில் காணப்படுகின்றன.

Strobilanthes homotropus, S.gracilis மற்றும் S.luridus ஆகியவை 8 மீ உயரம் வரை பெரும் புதர்களாக வளரும் இயல்பு கொண்டவை. Strobilanthes homotropus நீலகிரியில் பத்தாண்டு இடைவெளியில் 1934-ல் மலர்ந்தது ஆவணப் படுத்தப்பட்டிருக்கிறது. இதே சிற்றினம் ஆனைமலை இரவிக் குளம் பகுதிகளில் 1988, 1998 மற்றும் 2008-ல் செப்டம்பர் அக்டோபரில் மலர்ந்தன.

20 அடி வரை வளரும் இயல்புடைய பெரிய நீல மலர் களைக் கொண்டிருக்கும் Strobilanthes andersonii என்னும் குறிஞ்சி வகை 1988, 1998 – 2008 வருடங்களில் மலர்ந்தது புகைப்படங்களுடன் ஆவணப்படுத்தப்பட்டிருக்கிறது. Gamble இந்தக் குறிஞ்சி ஆனைமலையில் மலர்ந்ததைக் குறிப்பிட்டி ருக்கிறார். Richard Henry என்பவரால் சேகரிக்கப்பட்ட இக்குறிஞ்சியைக் குறித்த தகவல்கள் ஏதும் 1864-க்குப் பிறகு கிடைக்காததால் இந்தச் சிற்றினம் அழிந்து போயிருக்கலாம் எனக் கருதப்படுகிறது.

Gamble 1883-ல் Strobilanthes amabilis என்னும் இளஞ் சிவப்புக் குறிஞ்சி மலர்கள் நீலகிரியில் மலர்ந்திருந்ததைக் குறிப் பிட்டிருக்கிறார். கேம்பிள் நீலகிரியில் மலரும் குறிஞ்சிகளிலேயே மிக அழகியது Strobilanthes violaceous தான் என்கிறார். 2014-ல் நீலகிரியில் S. foliosus மற்றும் S. perrottetianus

மலர்ந்திருந்தது. இதே வருடம் கேரளாவின் வயநாடு பகுதியில் **Strobilanthes amabilis** இளஞ்சிவப்பு மலர்கள் மலர்ந்தன.

நீலகிரி மலைச் சரிவெங்கும் 1934-ல் **Strobilanthes wightianus** மிகை மலர்வை ராபின்சன் என்பவர் ஆவணப்படுத்தியிருக்கிறார். இந்த வகைக் குறிஞ்சி நீலகிரியில் சிறிய அளவில் வருடா வருடம் மலர்கிறது.

கர்நாடகத்தின் கூர்க் பகுதியில் 2009-ல் **Strobilanthes sessilis** மற்றும் S. reticulatus இரண்டும் மலர்ந்தன.

**S***trobilanthes integrifolius* என்னும் குறிஞ்சி வகை கோவா, மகாராஷ்டிரம், வடக்குக் கேரளம் மற்றும் கர்நாடகத்தில் 6-7 வருட இடைவெளிகளில் மலர்கிறது. கேரளத்தின் காசர்கோடு பகுதியில் 2015 பிப்ரவரியில், S.lupulinus, S. heyneanus மற்றும் S. ciliatus குறிஞ்சி மலர்ந்தன.

ஆசியாவையும் மடகாஸ்கரையும் தாயகமாகக் கொண்ட நீலக்குறிஞ்சி 1300-2400 மீ கடல்மட்ட குத்துயரம் இருக்கும் மலைப்பகுதிகளில் மட்டுமே மலரும்,

குறிஞ்சிப் பேரினமான ஸ்ட்ரொபைலாந்தஸின் சிற்றினங்கள் கர்நாடகம் தமிழ்நாடு கேரள மாநிலங்களில் பரவிக் காணப்படுகின்றன. பழனி, ஊட்டி, கோத்தகிரி, கொடைக்கானல், ஏற்காடு, மூணாறு பகுதிகளில் குறிஞ்சி மலர்வை அதிகமாகக் காண முடியும். கிழக்குத் தொடர்ச்சி மலையின் சேர்வராயன் மலைகளிலும் குறிஞ்சி மலர்கிறது.

குறிஞ்சி மலர்கள் நீலம், இளஞ்சிவப்பு, ஊதா மற்றும் வெள்ளை நிறங்களில் உள்ளன. மலர்களின் அளவும் ஒவ்வொரு சிற்றினத்துக்கும் மாறுபடும். **Strabilanthes urceolaris** என்பது வெண்குறிஞ்சி **Strobilanthes consanguineus** என்பது பெருங்குறிஞ்சி.

இப்படி நீண்ட இடைவெளி எடுத்துக்கொண்டு மலரும் குறிஞ்சி, மூங்கில் போன்ற தாவரங்கள் plietesials என வகைப்படுத்தப்படுகின்றன. இவ்வகைத் தாவரங்கள் ஒரே ஒரு முறை பூத்து மடிகையில் ஏராளமாக விதைகளை உருவாக்கும் நிகழ்வு mast seeding மற்றும் supra-annual synchronized semelparity எனப்படுகிறது.

அவை மிகச் சரியாக மலரும் காலக்கணக்கை அறிந்திருப்பது மட்டுமல்லாது ஒரே ஒருமுறை தான் அவற்றின் சந்ததிகளை உருவாக்கும் வாய்ப்புக் கிடைக்குமென்பதால் அது தோல்வி யடையமால் இருக்க அனைத்து முன்னேற்பாடுகளையும் கொண்டிருக்கும். ஆய்வுகள் நீலக்குறிஞ்சித் தாவரங்கள் பகல் மற்றும் இரவின் நீளத்தைக் கணக்கிட்டு நாட்களை அறிந்துகொள்ளும் உள்கடியாரத்தைக் கொண்டிருக்கின்றன என்கின்றன.

**வரலாற்றில் குறிஞ்சி மலர்வு**

1935-ல் Bombay Natural History Societyயின் சஞ்சிகையில் ராபின்சன் என்பவர் 1934-ல் நீலகிரியில் நிகழ்ந்த குறிஞ்சி மலர்வைக் குறித்து கட்டுரை எழுதியதோடு 1838-லிருந்து 1934 வரையிலுமான 12 வருட இடைவெளியில் குறிஞ்சி மலர்ந்த தையும் ஆவணப்படுத்தி இருந்தார். ராபின்சனின் பாட்டனார் 1826-ல் நீலகிரியில் குடியேறிய ஐரோப்பியர்களில் ஒருவர். ராபின்சனின் அத்தை 9 வயது சிறுமியாக 1838-ல் இருக்கையில் நீலகிரியில் குறிஞ்சி மலர்வைக் கண்டிருக்கிறார். பின்னர் அவரே 1850, 1862, 1874, 1886, 1898, 1910, 1922 வரை குறிஞ்சி மலர்வை ஆவணப்படுத்தியும் இருக்கிறார். ராபின்சன் 1934-ல் பழனி மற்றும் ஆனைமலைப் பகுதிகளில் குறிஞ்சி மலர்ந்திருந்ததையும் ஆவணப்படுத்தி இருக்கிறார்.

அக்கட்டுரையில் ராபின்சன் பழனி மலையின் நூற்றுக் கணக்கான ஏக்கர் பரப்பளவில் நீலக்குறிஞ்சி ஜூலையிலிருந்து டிசம்பர் வரை மலர்ந்திருந்ததையும், அதே வருடம் வெல்லிங்டன், பைக்காரா, கோத்தகிரி பகுதிகளிலும் ஆனைமலையின் புல்வெளிகளிலும் அக்டோபரில் நீலக் குறிஞ்சி மலர்ந்திருந்ததையும் குறிப்பிட்டிருக்கிறார்.

குறிஞ்சி மிகை மலர்வின்போது காடுகளின் தேன்கூடுகளின் எண்ணிக்கை வழக்கத்தைக் காட்டிலும் மிக அதிகமாக இருந்ததையும், குறிஞ்சி மலர்களின் சூலகங்களின் அடிப்புறம் நிறைந்திருந்த மலரமுதை எடுக்க Apis dorsata என்னும் தேனீ கூட்டம் கூட்டமாக வந்ததைக் குறிப்பிட்டிருக்கும் ராபின்சன் 1922-ல் யூகலிப்டஸ் மரமொன்றில் மட்டும் 32 தேன் கூடுகள் இருந்ததையும், ஒரு கல்லூரி வராண்டாவிலும் பாறைகளிலும் ஏராளமான தேன்கூடுகள் அச்சமயத்தில் இருந்ததையும்

அக்கட்டுரையில் ஆவணப்படுத்தி இருக்கிறார். தாவரங்களுக்கும் அவற்றுடன் தொடர்புடைய சிற்றுயிர்களுக்குமான இந்தத் தொடர்பு மிக ஆச்சரியமானது.

12 வருட நீண்ட காத்திருப்புக்குப் பின்னர் மலருகையில் மகரந்தச் சேர்க்கைக்கான முன்னேற்பாடுகளைச் செய்திருக்கும் குறிஞ்சியிடமிருந்து, தொடர்புடைய பூச்சி இனங்களுக்கும் அந்தத் தகவல் எப்படியோ கடத்தப்படுகிறது. எனவேதான் தேனீக்கள் அபரிமிதமாகக் கிடைக்கும் தேனைச் சேர்த்து வைக்கக் கூடுகளைத் தயாராக உருவாக்கி வைத்துவிட்டு மலரமுதை எடுக்க வருகின்றன.

இந்தியத் தாவரங்களைக் குறித்து ஏராளமான ஆய்வுகளைச் செய்த ஆங்கிலேய தாவரவியலாளர் J.S. Gamble 1888-ல் வெளியான 'The Nilgiri Strobilanthes' என்னும் அவரது ஆய்வுக் கட்டுரையில் நீலகிரியில் பல குறிஞ்சிச் சிற்றினங்களின் மலர்வையும் அதன் இடைவெளிகளையும் குறிப்பிட்டிருந்தார்.

மேத்யூ என்பவர் (Matthew) 1958-க்கு பிறகு 1970-ல் நீலகிரியில் மிக அதிகமான மலர்தல் இருந்ததையும் ஆவணப் படுத்தி இருக்கிறார். இவர் 5 குறிஞ்சி மிகை மலர்தலை 1910 -லிருந்து 1958 வரை ஆவணப்படுத்தி இருக்கிறார். 1971-ல் மேத்யூ பழனி மலைப்பகுதிகளில் 12 வருட இடைவேளைக்குப் பிறகு குறிஞ்சி மலர்ந்ததை ஆவணப்படுத்திய இவர் குறிஞ்சி மலர்தலின்போது காட்டுக்கோழிகளின் இனப்பெருக்கம் அந்தப் பிரதேசத்தில் அதிகரித்ததைக் குறிப்பிட்டிருக்கிறார். காட்டுகோழிகள் குறிஞ்சி விதைகளை விரும்பி உண்ணும்.

லாக்வுட் என்பவர் (Lockwood) 1994-லிருந்து 2006 வரை யிலான குறிஞ்சி மலர்வை ஆவணப்படுத்தி இருக்கிறார்.

### குறிஞ்சியின் தாவரவியல் பண்புகள்:

12 வருடங்களுக்கொரு முறை மலரும் குறிஞ்சியைப் பிற குறிஞ்சி வகைகளிலிருந்து அவற்றின் வெண்பொடி தூவினாற் போன்ற, நுண் மயிரிழைகள் அடர்ந்திருக்கும் இலைகளின் அடிப்புறத்தைக் கொண்டு அடையாளம் காணலாம்.

குறிஞ்சி அதிகபட்சமாக 3மீ வரையிலும் சாதாரணமாக 1மீ உயரமும் வளரும் ஒரு குறும்புதர். தடித்த கிளைகள்

நெருக்கமாக அமைந்திருக்கும். தண்டு பளபளப்பாக, கடினமாக, நேராக, தெளிவான கணுக்களுடன் நாற்கோணம் கொண்டிருக்கும் கணுக்கள் தெளிவாகத் தெரியும், கணுக்களில் மென்மயிரிழைகள் அடர்ந்திருக்கும் .

இலைகள் நீள் முட்டை வடிவில் 2.5-8 × 1.5-4 செமீ அளவிலும் இருக்கும். இலைகளின் அடிப்பகுதி கூராகவும் மேற்பகுதி பற்கள் கொண்டும் இருக்கும். குறுகிய இலைநுனி கூரானது, இலைபரப்பு சொரசொரப்பானது.

இலையடிப் பகுதியில் 410 ஜோடி இலைநரம்புகள் புடைத்து அமைந்திருக்கும். பளபளப்பான இலைக்காம்பு 05.4 மி.மீ நீளமிருக்கும், விரைத்த மயிரிழைகளை ஓரங்களில் கொண்டிருக்கும்.

கிளைத்த அல்லது கிளைக்காத ரெசீம் மஞ்சரி இலைக் கோணங்களிலும் உச்சியிலும் உருவாகும். மஞ்சரி சுமார் 310 செ.மீ. நீளம் இருக்கும். மஞ்சரியில் மலர்க்காம்புச் செதிலும் மலரடிச்செதிலும் இருக்கும். மணி வடிவ நீல மலர்கள் இரண்டாகப் பிளவு பட்டிருக்கும் இதழ்களைக் கொண்டிருக்கிறது.

புல்லி வட்டம் விளிம்பில் பிளவுகளுடன் மென் மயிரிழைகள் அடர்ந்து 10–14 மி.மீ நீளத்தில் பச்சை நிறத்தில் குழல் போன்றிருக்கும். அல்லி வட்டம் 2–3 செமீ நீளத்தில் மணி வடிவம் கொண்டிருக்கும். இதழ்களின் உட்புறத்தில் தெளிவான அடர் நீலநிற நரம்போடியிருக்கும் மலர்க்குழாயின் உட்புறத்தில் மயிரிழைகள் காணப்படும்.

அல்லி ஐந்து மடிப்புக்கள் கொண்டது. இதழ்களின் விளிம்பு அலையலையாக இருக்கும். மலரமுது அடிப்புறம் ஒரு தட்டுப் போன்ற அமைப்பில் நிறைந்திருக்கும். மகரந்தம் நீள்முட்டை வடிவிலிருக்கும் மயிரடர்ந்த சூலகம் 15 மி.மீ. நீளமுள்ள சூல் தண்டைக் கொண்டிருக்கும்.

நீள் முட்டை வடிவ உலர் வெடிகனி 12 செ.மீ. நீளத்தில் இருக்கும். பழுப்பு நிறத்தில் தட்டையான 4 விதைகளைக் கொண்டிருக்கும்.

ஆகஸ்ட் இரண்டாம் வாரத்தில் குறிஞ்சி மலரத் துவங்கி செப்டம்பரில் மிகுதியாக மலர்ந்து அக்டோபரில் மலர்தல்

நின்றுபோகும். சுமார் 2.5 மாதங்கள் குறிஞ்சியின் மலர்தல் இருக்கும்.

ஒரு செடி சுமார் 60–லிருந்து 82 மஞ்சரிகளை உருவாக்கும். ஒவ்வொரு மஞ்சரியிலும் 90–லிருந்து 24 இருபால் மலர்கள் உருவாகும். மிகை மலர்வின்போது ஒவ்வொரு நாளும் புதிதாக 4 மலர்கள் வரை ஒவ்வொரு மஞ்சரியிலும் மலரும். மகரந்தச் சேர்க்கை செய்ய வரும் பூச்சிகளின் தொடுகைக்குப் பின்னரே மகரந்தப் பைகள் வெடிக்கும். வெடித்த மகரந்தத் தாள்கள் நீலநிறமாகிவிடும்.

**மகரந்தச் சேர்க்கை:**

குறிஞ்சி மலரின் பிரதானமான மகரந்தச் சேர்க்கையாளர் Apis cerana indica என்னும் இந்தியத் தேனீ வகை. இது ஆசியத் தேனீயின் ஒரு துணையினம். இந்தத் தேனீயுடன் மேலும் பலவகை எறும்புகள், அந்துப்பூச்சிகள் பட்டாம்பூச்சிகள், ஈக்கள், குளவி மற்றும் வண்டினங்களும் மகரந்தச் சேர்க்கையில் ஈடுபடுகின்றன.

குறிஞ்சியின் மகரந்தச் சேர்க்கையாளர்களின் பட்டியல்:

A.florea, Amegilla sp, Junonia iphita, Ypthima ceylonica, Y.huebneri, Cepora nerissa,Psuedozizeeria maha, Junonia lemonias,Neptis hylas, Pachliopta hector, Hebo-moia glaucippe, Ixias pyrene, Graphiumsarpedon, Euploea core, Pantoporiahordonia, Hypolimnas bolina, Colotiseucharis & Danaus genutia.

காலை 6–லிருந்து 9 மணிக்குள் அவிழும் மலர்கள் இரண்டு நாட்களுக்கு விரிந்து இருக்கும். இரண்டாம் நாள் மகரந்தச் சேர்க்கை நடந்து, மூன்றாவது நாளில் மலர்கள் வாடிவிடும்.

மிக மெல்லிய தொடுகைக்கே விழித்துக்கொள்ளும் குறிஞ்சி மலரின் சூல்நுனி மகரந்தங்களால் தொடப்பட்ட உடனே பூச்சி வெளியேறும் வழிக்கு எதிர்ப்புறமாகத் திரும்பிக்கொண்டு கருவுருதலை மிகக் கவனமாகப் பாதுகாப்பதும் ஓர் இயற்கை அதிசயம்தான்.

100% மகரந்தச் சேர்க்கையும் கருவுருதலும் நிகழ்ந்த பின்னர் மிக அதிக எண்ணிக்கையில் விதைகள் உருவாகின்றன.

மகரந்தப்பைகள் மகரந்தச் சேர்க்கை செய்யவரும் பூச்சிகளின் தொடுகையின்றி வெடிக்காது. ஒவ்வொரு பூச்சியின் வருகையின் போதும் சூல்நுனியில் 6-லிருந்து 8 மகரந்தங்கள் வீழ்ந்திருப்பதும் ஆவணப்படுத்தப்பட்டிருக்கிறது. மலருக்குள் கருவுறக் காத்திருக்கும் சூலகங்களுக்குத் தேவையானதைவிட இருமடங்கு அதிகமான மகரந்தங்கள் சூல்நுனியில் விழுந்திருப்பதும் ஆவணப்படுத்தப்பட்டிருக்கிறது. மலர்ந்தமூன்றாவது நாளில் ஆய்வு செய்யப்பட்ட குறிஞ்சி மலரின் சூல்நுனி 100 சதவீதம் மகரந்தச் சேர்க்கை நிகழ்ந்துவிட்டிருப்பதை உறுதி செய்கிறது.

மலர்ந்து மகரந்தச் சேர்க்கை நடந்து கருவுற்ற பின் விதைகள் முதிர்ந்து வெடிக்க சுமார் 2 மாதங்களாகின்றது. அதன் பின்னர் முழுப் புதரும் வாடி அழிந்துவிடுகிறது.

குறிஞ்சி மலர்களை மகரந்தச் சேர்க்கை செய்யப் பூச்சிகளும் தேனீக்களும் காத்திருப்பதைப் போலவே குறிஞ்சியின் விதைகளை உண்ணும் பறவைகளும் விலங்குகளும் கூடக் காத்திருக்கின்றன. அவையும் ஏராளமான விதைகளை உண்கின்றன என்றாலும் மிகை மலர்விற்குப் பிறகு மிக அதிகளவில் விதைகளைக் குறிஞ்சி உருவாக்குவதால் எந்தச் சேதமும் இல்லாமல் குறிஞ்சியின் அடுத்த சந்ததி முளைத்து வாழ்வைத் தொடருகிறது. குறிஞ்சிச் செடியின் இலைகளைத் தின்னும் புழுக்களும் ஏராளமாக இருக்கின்றன. நாங்கள் சென்றிருக்கையில் கூடக் குறிஞ்சிச் செடியைப் புழுக்கள் தின்று கொண்டிருந்தன. பெரும்பாலான செடிகளின் இலைகள் பூச்சிகளால் தின்னப்பட்ட காயங்களுடன் இருந்தன.

ஒரு மலர்த்தேனான (Unifloral honey) குறிஞ்சித் தேன் மிக அரியதும் மிகச் சிறப்பானதுமாகும். இந்தப் பருவத்தில் மட்டுமே இந்தத் தேன் பல வருட இடைவெளியில் கிடைப்பதென்பதால் இது மிக அரியதாக, விலை அதிகமானதாக இருக்கிறது. இந்தத் தேனுக்கு மருத்துவ குணங்கள் அதிகமென்று சொல்லப்படுகிறது.

### இந்தியாவில் குறிஞ்சி மலர்வு:

குறிஞ்சி மலர்தல் நிகழ்வு 19-ம் நூற்றாண்டிலிருந்துதான் ஆவணப்படுத்தப்பட்டிருக்கிறது.

*1838, 1850, 1862, 1874, 1886, 1898, 1910, 1922, 1934, 1946, 1958, 1970, 1982, 1994, 2006, 2012, 2017, 2018. 2021, 2022 - 2024-*இந்தக் காலகட்டங்களில் 12, 9 மற்றும் 16 ஆண்டுகளில் மலரும் வகைகள் ஆவணப்படுத்தப்பட்டிருக்கின்றன.

முன்பு குறிஞ்சி மலர்தல் ஆனைமலை, ஏலகிரி, நீலகிரி, பழனி, குதிரேமுக், பாபா புதன் கிரி மலைகள் முழுக்க இருந்தது. பிற்பாடு தேயிலை காப்பித் தோட்டங்களும் சுற்றுலா விடுதிகளும் ஆக்ரமித்த இடங்களில் அவை முற்றாக அழிந்து போயின.

கேரளாவில் குறிஞ்சி பாதுகாப்பிற்கென்றே குறிஞ்சிமலை சரணாலயம் (Kurinjimala Sanctuary <https://en.wikipedia.org/wiki/Kurinjimala_Sanctuary>) உருவாக்கப்பட்டிருக்கிறது. இடுக்கி மாவட்டத்தின் கிராமங்களில் குறிஞ்சி மலரும் பிரதேசங்களை ஒன்றிணைத்து சுமார் 32 கிமீ$^2$ பரப்பளவில் இந்தச் சரணாலயம் அமைந்திருக்கிறது. 2006-ல் மூணாறு மலைப்பகுதியில் ஏராளமான குறிஞ்சி மலர்ந்து குறிஞ்சி விழா கொண்டாடப்பட்டது. அச்சமயத்தில் அங்கு குறிஞ்சியைக் காண சுமார் பத்து லட்சம் சுற்றுலாப் பயணியர் வருகை தந்திருந்தார்கள். அச்சமயத்தில்தான் குறிஞ்சியைப் பாதுகாக்கும் இந்தச் சரணாலயம் குறித்த அறிவிப்பைக் கேரள அரசு வெளியிட்டது. அவ்வருடம் குறிஞ்சி வருடமாக அறிவிக்கப்பட்டு சிறப்புத் தபால் தலையும் வெளியிடப்பட்டது.

கொடைக்கானலின் குறிஞ்சியாண்டவர் கோயிலும் குறிஞ்சி மலர்ச்செடிகளின் பாதுகாப்பில் இணைந்திருக்கிறது. பழனி மலையில் மலரும் குறிஞ்சியின் தாவரவியல் பெயர் **Strobilanthes pulneyensis.** இது டிசம்பரிலிருந்து பிப்ரவரி வரை மலர்ந்திருக்கும்.

இந்தியாவின் பல பகுதிகளில் குறிஞ்சி மலர்வு பலரால் ஆவணப்படுத்தப்பட்டிருக்கிறது.

*2012-*ல் ஊட்டியின் சில பகுதிகளில் குறிஞ்சி மலர்வு காணப்பட்டது.

மூணாறில் 1990, 2002 - 2014 வருடங்களில் குறிஞ்சி மலர்வு ஆவணப்படுத்தப்பட்டது. 1990-ன் மலர்வு தாவரவியலாளர்கள்

மத்தியில் காலக்கணக்குப் பிசகிவிட்டிருப்பதாகக் குழப்பத்தை உண்டாக்கியது. எனினும் பல தாவரவியல் வல்லுநர்கள் அப்படி 12 வருட காலஇடைவெளிக்கு முன்னரே மலர்ந்தவை வேறு சிற்றினமாக இருக்கலாமெனக் கருத்துத் தெரிவித்தார்கள்.

பிற்பாடு அது ஸ்டொரொபைலாந்தஸ் குந்தியானஸ் என்னும் 12 வருடங்களுக்கு ஒரு முறை மலரும் அதே சிற்றினம் தான். ஆனால் அவை தனித்தனி நிலப்பரப்புகளில் வேறு வேறு ஆண்டுகளில் 12 வருட இடைவெளியில்தான் மலர்ந்தன என்பதைத் தாவரவியல் வல்லுநர்கள் உறுதிப்படுத்தினார்கள், அவர்களின் கணிப்புப்படி மூணாறில் 2026-ல் மீண்டும் நீலக்குறிஞ்சி மலரும்.

12 வருடங்களுக்கு இடையிலும் சிறிய நிலப்பரப்புகளில் குறிஞ்சி மலர்தல் அவ்வப்போது நிகழ்கின்றன. 2022-ல் வால்பாறையில் ஓரிரு இடங்களில் சில குறிஞ்சி செடிகள் மலர்ந்திருந்தன. நீலகிரி மலைப்பகுதியில் இப்படி நிகழ்கின்றது. அவை ஒருவேளை பறவை அல்லது விலங்குகளால் அங்கு கொண்டு வரப்பட்ட விதைகளிலிருந்து முளைத்தவையாக இருக்கலாம். இப்படி மிகச்சிறிய எண்ணிக்கையில் ஆங்காங்கே குறிஞ்சி மலரும் நிகழ்வுக்கான அறிவியல்ரீதியான விளக்க மேதும் இதுவரை இல்லை. நீண்ட இடைவெளிக்குப் பிறகு மலரும் நிகழ்வுகளே ஆவணப்படுத்தப்பட்டிருக்கின்றன.

2017-ல் Strobilanthes callosa கர்நாடகத்தின் பெல்லாரியில் சந்தூர் மலைப்பகுதியில்,

2006 – 2018-ல் Strobilanthes kunthiana கேரளாவின் மூணாறு இரவிக்குளம் தேசியப்பூங்காவில்,

2012-ல் Strobilanthes kunthiana நீலகிரியில்,

2021-ல் Strobilanthes kunthiana உத்தரகாண்டில் கார்வால் பிரதேசத்தில்,

2022-ல் Strobilanthes sessilis var. sessiloides கர்நாடகத்தின் கொடகு மண்டல்பட்டி மலைப்பகுதியில்,

இந்தக் குறிஞ்சி மலர்வைக் காண மட்டும் அங்கே 4, 5 லட்சம் இந்திய சுற்றுலாப் பயணிகளும் 1 லட்சத்துக்கும் அதிகமான வெளிநாட்டினரும் அப்போது வந்திருந்தனர்.

குறிஞ்சியின் சிற்றினங்களான S.ciliates, S. kunthiana, S. cusia, S. callosus, S. crispus, S. discolour ஆகியவை பாரம்பரிய மருத்துவ முறைகளில் கிருமித் தொற்று மற்றும் சர்க்கரை நோய்க்கெதிரான சிகிச்சைகளில் முக்கியப் பங்காற்றுகின்றன. சமீபத்தில் குறிஞ்சியிலிருந்து வைரஸுக்கு எதிராகச் செயல்புரியும் வேதிப்பொருளான tryptanthrin கண்டறியப்பட்டிருக்கிறது.

சூழல் மாசு, வாழிட அழிப்பு, தேயிலை, காப்பித்தோட்டங்கள், இயற்கைப் பேரழிவுகள், அயல் ஆக்கிரமிப்புத் தாவரங்கள் ஆகிய பல காரணங்களால் நீலக்குறிஞ்சியின் பாதுகாப்பு அவசியமாகி இருக்கிறது.

விதை வங்கிகள், சரணாலயங்கள் ஆகியவற்றின் மூலம் குறிஞ்சியின் பாதுகாப்பை உறுதி செய்யும் நடவடிக்கைகள் இந்தியாவில் தொடங்கப்பட்டிருக்கின்றன. சர்வதேச இயற்கைப் பாதுகாப்பு நிறுவனமான IUCN நீலக்குறிஞ்சியைச் செம்பட்டி யலில் இணைத்து அது பாதுகாக்கப்பட வேண்டிய அவசியத்தை அறிவித்திருக்கிறது

குறிஞ்சியின் பல சிற்றினங்களைப் பலவகையான அச்சுறுத் தல்களால் இழந்திருக்கிறோம், ஸ்ட்ரொபைலாந்தஸின் 22 சிற்றினங்கள் அழிவின் விளிம்பிலிருக்கின்றன என 2012- லிருந்து சிவப்புப் பட்டியலிடப்பட்டிருந்தாலும் மிகச்சமீபத்தில் மேற்கு மலைதொடரில் கண்டறியப்பட்டிருக்கும் குறிஞ்சியின் புதிய பிற சிற்றினங்களான: ***Strobilanthes kannani, Strobilanthes jomyi, Strobilanthes sainthomiana, Strobilanthes malabarica, Strobilanthes agasthyamalana*** ஆகியவை குறிஞ்சியைப் பற்றிய நமது அறிதலின் குறுகிய எல்லையைக் காட்டுகிறது. குறிஞ்சி என்னும் இந்தத் தாவரம் மனிதர்களின் அறிதலின் எல்லைக் கப்பாற்பட்டதாகத்தான் எப்போதுமே இருந்து வருகிறது.

குறிஞ்சிமலை சரணாலயம் போன்ற முன்னெடுப்புகளை, குறிஞ்சி மலரும் அனைத்து இடங்களிலும் உருவாக்குவது, சுற்றுலாப் பயணிகளின் வருகையைக் கட்டுப்படுத்தி தொடர்ந்து கண்காணிப்பது, தாவரவியலாளர்களைக் கொண்டு மிகை மலர்தலை ஆவணப்படுத்துவது, குறிஞ்சிக்காட்டை பாதுகாக்கப்பட்ட பகுதியாக அறிவிப்பது ஆகியவை குறிஞ் சியைப் பாதுகாக்க உடனடியாகச் செய்யப்பட வேண்டியவை.

தனியே ஒரு குறிஞ்சி மலரைப் பார்க்கையில் அது எந்தச் சிறப்புமில்லாத, கனகாம்பரத்தின் கண்கவர் நிறம் கூட இல்லாத நீலச்சிறுமலராகத்தான் தெரியும். குறிஞ்சியின் சிறப்பு அதன் மிகைமலர்தலிலும், 12 நீண்ட வருடக் காத்திருப்பிலும், கொஞ்சமும் பிசகாத துல்லியமான காலக்கணக்கிலும்தான் இருக்கிறது.

சங்க இலக்கியங்களில் குறிஞ்சி மலர் குறிப்பிடப்பட்டிருக்கிறது. 2018-ல் இந்தியாவின் பல இடங்களில் குறிஞ்சி மலர்ந்திருக்கையில் பாரதப் பிரதமர் நரேந்திர மோடி தனது சுதந்திர உரையில் குறிஞ்சி மலரைக் குறிப்பிட்டிருந்தார்.

Clare Flynn 2014-ல் எழுதிய Kurinji flower என்னும் நாவல் 1940-களில் இந்தியாவில் நடந்த ஒரு காதலைக் குறிஞ்சி மலர்தலைப் பின்னணியாகக் கொண்டு விவரிக்கிறது.

2018-ல் ஜோமி அகஸ்டின் (Jomy Augustine) எழுதிய 'Strobilanthes in the Western Ghats, India. The Magnificent Role of Nature in Speciation' நூலில் இந்திய நிலப்பரப்பில் குறிஞ்சியின் 64 சிற்றினங்களின் பரவல் மிக விரிவாக ஆவணப்படுத்தப் பட்டிருக்கிறது.

குறிஞ்சிக் காட்டில் நாங்கள் சில மணிநேரம் செலவழித்த பின்னர் அந்த இடத்தைவிட்டுப் பிரிய மனமில்லாமல் அங்கிருந்து இறங்கினோம். அவ்வப்போது தூறிய சாரல் மழையும், மூடுபனியும் குளிர்காற்றும் நீலக்குறிஞ்சி மலர்களுமாக நாங்கள் ஒரு மாயக்கம்பளத்தில் ஏறிச்சென்று கண்ட மாயலோகம் போலத்தான் அந்த அனுபவம் இருந்தது.

மலையிறங்குகையில் குறிஞ்சித்திணையின் தலைவி கூற்றை நினைத்துக்கொண்டேன்;

குறிஞ்சி மலர்ந்து, குறிஞ்சித் தேனடைகளை வண்டுகள் தொகுத்துக் கொடுக்கும் நாட்டையுடைய தலைவனின் மீதான காதல் ஏன் அவளுக்கு வானைவிடப் உயர்ந்ததாகவும், நீரைவிட ஆழமாகவும், நிலத்தைவிடப் பெரியதாகவும் இருந்த தென்பதைப் புரிந்து கொள்ளமுடிந்தது. அப்பெருந்தேன் நட்பின்மீது பொறாமையாகவும் இருந்தது.

மேலதிகத் தகவல்களுக்கு:

1. <https://www.indiatoday.in/magazine/environment/story/19921231-the-kurinji-flowers-of-nilgiri-hills-in-tamil-nadu-767308-2012-12-21>

2. <https://timesofindia.indiatimes.com/travel/destinations/neelakurinji-flower-blooms-after-12-years-in-keralas-idukki-all-that-you-need-to-know/photostory/84971148.cms?picid=84971191>

3. <https://www.keralatourism.org/neelakurinji/experience/varieties-kurinji-plants/42>

4. Matthew KM (1959) The vegetation of Kodaikanal grassy slopes. J Bombay Nat Hist Soc 56:387-422

5. <https://www.iucnredlist.org/species/239578615/239579829>